தெய்வ ஜனனம்

க. நா. சுப்ரமண்யம்

Title: Dheiva Jananam

Author: Ka. Naa. Subramanyam

Language: Tamil

First Published on: 1943

Year of Publication: 2025

Book Format: Paperback

*Page Size: 6inch * 9inch*

Category: Fiction

Subject: Short Stories

No. of pages: 94

ISBN: 978-81-999776-0-0

Published by: Nilan Publishers, Madurai, Tamilnadu, India

பொருளடக்கம்

குறிப்புகளுக்காக

ஜோதி நிலையத்தின் ஆறாவது மலராக தெய்வ ஜனனம் எனும் இந்த நூலை வாசகர்கள் முன் சமர்ப்பிக்கிறோம். இதன் ஆசிரியர் ஸ்ரீ. க. நா. சுப்ரமண்யத்தைத் தமிழ் மக்களுக்கு அறிமுகம் செய்துவைக்க வேண்டிய அவசியமில்லை. முதல் முதலாக அவருடைய கதைகள் ஜோதி மலராக வெளிவருவதைக் குறித்துப் பெருமை அடைகிறோம்.

காகித விலை கட்டுக்கடங்காமல் ஏறி விற்கும் இந்தக் காலத்திலும் கூடுமான வரையில் சிக்கன முறைகளைக் கையாண்டு குறைந்த விலையில் புஸ்தகங்களை வெளியிட வேண்டுமென்பதே எங்களுடைய நோக்கம். இந்த வரிசையில் தமிழ்நாட்டின் பிரபல எழுத்தாளர்களுடைய நூல்களைப் பிரதி மாதமும் வெளியிட ஏற்பாடு செய்துள்ளோம் - தமிழ் அன்பர்களின் ஆதரவு உண்டு என்ற நம்பிக்கையில். எதிர்பார்த்த அளவு எங்களுக்கு ஆதரவு அளித்து வருவது பற்றித் தமிழ் வாசகர்களுக்கு எங்களுடைய நன்றியை இங்கு தெரிவித்துக் கொள்ளுகிறோம்.

எங்கள் வேண்டுகோளுக்கிணங்கி குறுகிய காலத்தில் இந்த நூலை எழுதித்தந்த ஸ்ரீ. க.நா. சுப்ரமண்யம், பீ.ஏ. அவர்களுக்குத் தமிழ் வாசகர்களின் சார்பாக எங்கள் நன்றியைத் தெரிவித்துக்கொள்ளுகிறோம்.

ஜோதி நிலையம்

கோடை காலத்தில், இரவில், திறந்த மேல் மாடியில், காற்றாடப் படுத்திருப்பதைப் போன்ற இன்பகரமான காரியம் வேறு கிடையாது என்பது என் அனுபவம். வானத்திலே சந்திரனும், அண்டையிலே அன்பர்களும் இருந்துவிட்டால் சிலாக்கியந்தான். இல்லா விட்டாலும் பாதகமில்லை. நிலவில்லாத முன்னிருட்டு இரவுகளில், பல்லாயிரங் காதங்களுக்கு அப்பாலிருந்து கொண்டு சுழன்று நம்மைப் பார்த்துக் கண் சிமிட்டும் நட்சத்திரங்களும் அத்தனிமையிலே நமக்கு மிகவும் நெருங்கிய நண்பர்களாகத்தான் காட்சியளிக்கின்றன. அவற்றைப் பார்த்துக் கொண்டே படுத்துக் கிடப்பதில் தான் என்ன பேரானந்தம் இருக்கிறது! எல்லையற்ற இன்பம் அது. பார்க்கப் பார்க்க மனிதனுடைய புண்பட்ட உள்ளத்திலே ஒரு சாந்தியும் அமைதியும் குடியேறி நிலைக்கின்றன. ஆயுள்காலம் முழுவதையும் அந்த நட்சத்திரங்கள் மின்னும் வானத்தைப் பார்த்துக் கொண்டே கழித்து விடலாமே என்று தோன்றுகிறது. ஆயுள் காலத்தைமட்டுந்தானா? அதற்கப்பாலுள்ள "காலன் கடந்த காலத்தையும்" அப்படியே கழித்துவிடலாம்.

பகல் என்று ஒன்று தோன்றுவானேன்? நம்முடைய சகோதரர்களின் கண்ணில் நாம் படுவானேன்? தினசரி அல்லல் தொல்லை பூசல்களில் அகப்பட்டு உழன்று சாவானேன்? பகலெல்லாம், அற்ப விஷயங்களை எண்ணி எண்ணி ஏங்கி, ஆடிப்பாடி, ஓடித் திரிந்து உழைத்து ஓய்வதெல்லாம் வீண்தானே என்று அப்பொழுது தோன்றுகிறது. வானத்திலே எப்பொழுதுமே நட்சத்திரங்கள் இருக்கலாகாதா? வாழ்க்கையின் வியர்த்தத்தையும், துன்பங்களையுமே காட்டும் சூரிய ஒளி ஏன் தோன்றவேண்டும்? மனிதன் நட்சத்திர ஒளியிலேயே, இன்பகரமான வாழ்க்கை நடத்துவதென்பது முடியாத காரியமா?

முடிவு காண முடியாத இம்மாதிரியான பெரும் பிரச்னைகளிலிருந்து தூரத்து மாதா கோயில் மணி கேட்டு மனம் திரும்புகிறது. இரவின் சலனத்தையும் அமைதியையும் புனிதத்தையும் கெடுத்துக்கொண்டு எழுந்த ஓசை அலை

அடித்து ஓய்ந்த பின் என் மனத்தில் வேறு ஓர் எண்ணம் உதிக்கிறது.

"இத்தனை அழகும் இன்னும் ஓர் இருபது நாழிகை நேரந்தானே நீடிக்கும் ?" என்று என்னையே நான் கேட்டுக் கொள்ளுகிறேன். மறுபடியும் இவ்வழகைக் காணக் குரூரமான பகலில் ஒரு முப்பது நாழிகை நேரம் காத்திருக்கவேண்டுமே! எப்படிக் காத்திருப்பது?" இப்படி இன்பத்திலே பிறந்த ஒரு துன்பத் திகைப்பு.

இந்தச் சிந்தனைக்கு மாற்றாகச் சீனத்துக் கவி ஒன்று எனக்கு ஞாபகம் வருகிறது. வானம் தான் இன்று எவ்வளவு அழகாயிருக்கிறது ! அண்ணாந்து அண்ணாந்து, பார்த்துப் பார்த்து எனக்குக் கழுத்தில் வலி எடுத்து விட்டது. வானத்தின் அழகைச் சற்று நேரமாவது மறைத்து, என் கழுத்துக்கும், கண்ணுக்கும் ஓய்வு கொடுக்கும் மேகங்களே ! உங்களுக்கு என் நன்றி உரியதாகிறது."

வானத்துக்கும் எனக்கும் இடையே இன்று இரவும் சிறு சிறு மேகங்கள் திட்டுத் திட்டாகப் பவனி வந்து கொண்டு இருக்கின்றன. நட்சத்திர ஒளியிலே அவை மங்கிய வெண்மையாகக் காணப்படுகின்றன. இம்மா திரியான இரவுகளில் தான், அழிக்கும் தெய்வமாகிய ருத்திரன், சாந்த சொரூபியாய், பரமேசுவரனாகப் பார்வதி சமேதராய், ரிஷப வாகனாரூடராய், கைலாஸ பர்வதத் துடன் பூலோக சஞ்சாரம் செய்ய வருகிறார் என்று சுந்தாப் பாட்டி சொல்லுவாள். அது எவ்வளவு தூரம் உண்மை என்று எனக்கு நிச்சயமாகச் சொல்லத் தெரியாது. ஆனால் அவள் பொய் சொல்லவில்லை என்பது மட்டும் நிச்சயம். இக்காலத்தவர்களாகிய நமக்குத்தான் அவள் சொன்னதை எல்லாம் நம்புவதற்கான தெம்பு இல்லாமல் போய்விட்டது என்று எனக்குத் தோன்றுகிறது.

இருபது இருபத்தைந்து வருஷங்களுக்கு முன், நான் சிறுவனாயிருந்தபோது, எனக்கும் என் தம்பி தங்கைகளுக்கும்

சுந்தாப் பாட்டி மாலை வேளையில், மேல் மாடி முற்றத்தில் இருந்து கொண்டு, கைலாஸ பர்வதம் மேகக் கூட்டமாக ஆகாயத்தில் மிதந்து வருவதை அநேகந் தடவைகள் சுட்டிக் காட்டியிருக்கிறாள். அந்தப் பர்வதத்தின் சிகரத்தில் பார்வதி பரமேசுவராள் வீற்றிருந்தது சுந்தாப் பாட்டியின் கிழக் கண்களுக்குத் தெரிந்தது; நன்கு தெரிந்தது என்றே நான் நம்புகிறேன். ஆனால் எனக்கோவெனில், அது அன்றும் தெரியவில்லை ; இன்றும் தெரியவில்லை. என்றாவது தெரியுமா என்பதும் சந்தேக மாகவே இருக்கிறது.

சுந்தாப் பாட்டியின் ஞாபகம் வந்தவுடனேயே என்னுடைய சுற்றுப்புறமெல்லாம் எனக்கு மறந்துபோய் விட்டது. இருளின் ஆழமும் வானத்தின் அமைதியும் நட்சத்திரங்களின் அழகும் திடீரென்று மறைந்து விட்டன. ஒரு கனவு லோகத்திலே நான் சஞ்சரிக்க ஆரம்பித்துவிட்டேன் எட்டாத் தொலையிலுள்ள ஒரு காலத்தை, இன்பமே மூச்சான என் குழந்தைப் பருவத்தை, சுந்தாப் பாட்டி எனும் ஒரு சிறு மந்திரத்தைக் கொண்டு நான் எட்டிப் பிடித்துவிட்டேன். அந்த நாட்களில் வாழ்க்கைப் புயலின் கொடுஞ் சீறல்கள் என் காதில் விழுந்திருக்கவில்லை; அனுபவங்கள் எனும் கற்பாறைகளின் மேல் நான் மோதி முட்டிக் கொள்ள ஆரம்பித்து விடவில்லை. அப்போது உலகத்தையும் அதனுடைய உண்மைச் சொரூபத்தையும் பற்றி நான் அறிந்திருந்த தெல்லாம் என் பாட்டியின் கதைகள் மூலந்தான். அப்போ தெல்லாம் சுந்தாப் பாட்டியினுடைய மடியே எனது சொர்க்கம்; அவள் சொல்லும் கதைகளைக் கேட்டுக் கொண்டிருப்பதே எனக்குச் சொர்க்க போகம். நட்சத்திரங்கள் நிறைந்த மாலை வானத்தையும் விட அவள் இனிமையானவள். அவள் மறைந்து போய் எவ்வளவோ ஆண்டுகள் கழிந்துவிட்டன எனினும் இன்னும் அவளுடைய ஞாபகமே எனக்கு எல்லையற்ற இன்பம் பயப்பதாக இருக்கிறது.

இப்போதெல்லாம் அவளுடைய உருவம் என் ஞாபகத்துக்கு வருவதில்லை. அவள் இறக்கும்போது அவளுக்கு வயது எண்பதுக்கு மேலிருக்கும் என்று எண்ணுகிறேன் - எனினும்

அவள், உலகம் தோன்றுவதன் முன்னரே தோன்றியவள் என்று தான் நான் எண்ணியிருந்தேன். அவள் அறியாதது ஒன்றுமே கிடையாது. ஆல் அமர் வித்து முதல் குஞ்சிதபாதம் வரையில் எல்லாத் தத்துவங்களையும் அவள் அறிந்திருந்தாள். அறிந்திருந்தது மட்டுமல்ல ; எவ்வளவு பெரிய தத்துவத்தையும் கதையில் பிணைத்து, குழந்தை உள்ளத்தைத் தொடும்படியான வகையில் அமைத்துச் சொல்ல வல்லவள் அவள்.

ஏற்கெனவே சொன்னபடி எனக்கு இப்போது அவளுடைய உருவம் ஞாபகத்துக்கு வருவதில்லை. ஆனால் அவள் எனக்குச் சொல்லிய கதைகள் எல்லாம் நன்றாக ஞாபகம் இருக்கின்றன. உண்மையிலேயே அந்தி வானத்து நட்சத்திரங்களை எண்ணிக் கணக்கிட்டாலும் கணக் கிடலாம். ஆனால் சுந்தாப் பாட்டியின் கதைகள் ஓர் எண்ணிக்கையில் அகப்படா. அவைகளின் தொகை உண்மையிலேயே எண்ணிறந்தது தான். எண்ணிக்கையில் மட்டுமின்றி, தன்மையிலும் அவளுடைய கதைகள் ஆச்சரியகரமானவை; சிறப்பானவை. பழங் கதைகளைத் திருப்பிச் சொல்லவும் புதுக் கதைகளைப் புனையவும் அவள் போதிய அறிவும் கற்பனையும் மனோ தர்மமும் பெற்றிருந்தாள். அவளைப்போல உலகில் எந்த இலக்கியத்திலும் எந்த ஏடும் யாருக்கும் கதை சொன்னதில்லை என்றே நான் நினைக்கிறேன்.

காற்றாட மேல் மாடியில் நட்சத்திரங்களை எண்ணிக் கொண்டு படுத்துக் கிடக்கும் இச்சமயம் சுந்தாப் பாட் டியின் கதைகள் ஞாபகத்துக்கு வருகின்றன. அவற்றில் சிலவற்றைத் திரும்பவும் (எனக்குள்ளேயேயாயினும்) சொல்லிப் பார்த்துக் கொள்ள வேண்டும் என்று எனக்கு ஆசை தட்டுகிறது. விஷயம் என்னவோ கிட்டத்தட்ட ஞாபகம் இருக்கிறது. ஆனால் சுந்தாப் பாட்டியின் கற்பனைக்கும் பாணிக்கும் மேதைக்கும் நான் போவதெங்கே?

"ஒரே ஒரு ஊரிலே" என்றுதான் சுந்தாப் பாட்டி எப்போதுமே தன்னுடைய கதைகளை ஆரம்பிப்பாள். அது எந்த ஊர் என்று அவள் குறிப்பிடமாட்டாள்; பெயர் சொல்ல மாட்டாள். அது ஜனகன் ஆண்ட மிதிலையாக இருக்கலாம். அந்த ராமனே ஆண்ட அயோத்தியாகவும் இருக்கலாம். அல்லது சிலப்பதிகாரம் போற்றும் பூம்புகாராக இருக்கலாம். மாணிக்கச் சோதியாய்ச் சிவன் மன்றில் நின்றாடும் தில்லையம்பலமாகவும் இருக்கலாம். வீதி விடங்கன் பிறந்து தேர் உருட்டிய திருவாரூராகவும் இருக்கலாம். கோசம்பி, பாடலீபுரம், அளகாபுரி, அமராவதி...... புகழும் அழகும் பொருந்திய கணக்கற்ற நகரங்களின் விசேஷ அம்சங்கள் எல்லாம் விசேஷமாக அமையப்பெற்றது அந்த ஊர். ஆனால் ஒன்று. அது இன்றைச் சென்னையுமல்ல; டெல்லியுமல்ல ; லண்டனுமல்ல.

"அந்த ஊரிலே ஒரு ராஜா இருந்தான்' என்பாள் பாட்டி. ராஜா என்றால்... அவன் சாதாரண ராஜாவா என்ன? இல்லவே இல்லை. அவன் மன்னாதி மன்னன். ஐம்பத்தாறு தேசத்து அரசர்களையும் வென்று, இப் பூவுலகு முழுவதையும் ஒரு குடையின் நிழலிலிருந்து ஆளுபவன். மகா விஷ்ணுவின் அம்சங்கள் எல்லாம் பரிபூரணமாகப் பொருந்தியவன்.

"அந்த ராஜாவுக்கு வெகு நாளாகப் புத்திரபாக்கியம்" இல்லாதிருந்தது என்று கதையைத் தொடர்வாள் பாட்டி. அவளுடைய கதைகளிலே இது ஒரு முக்கியமான அம்சம். புத்திர பாக்கியத்தின் மகிமையையும் முக்கியத்தையும் பூரணமாக அறிந்தவள் பாட்டி ஒருத்திதான். அவளுடைய கதையில் வரும் நாயகர்கள் புத்திர பாக்கியத்துக்காகக் காட்டில் வருஷக் கணக்காகத் தவங் கிடப்பார்கள்.

இந்த ரீதியிலே சுந்தாப் பாட்டியினுடைய கதைகள் ஓடும். சில சமயம் ராஜ குடும்பத்துக்குத் தாழ்ந்த குடும்பங்களைப் பற்றியும் அவள் கதைகள் சொல்லுவதுண்டு.... மலைமேல் ஏறி நின்று கொண்டால் வானத்தின் உச்சியைத் தொட்டு விடலாம் என்று எண்ணும் அசட்டுக் குழந்தையைப் போல

நானும் சுந்தாப்பாட்டியின் கதைகள் சிலவற்றை இங்கே சொல்ல முயலுகிறேன். அசட்டு அத்தைப் பாட்டிக் கதைகள், குருட்டு நம்பிக்கைகள் நிறைந்தவை, அர்த்த மற்ற பழம் பொய்க் குப்பல்கள் என்று நாகரிக உலகம் நகைக்கலாம். நகைக்கட்டும். நானும் உலகத்துடன் ஒட்டிக்கொண்டு என் கதைகளைக் கண்டு நகைக்கத் தயாராகவே இருக்கிறேன்.

கா.நு. சுப்ரமண்யம்

தெய்வ ஜனனம்

சோழ நாட்டின் தலை நகரான பூம்புகாரில் அந்த நாட்களில் மனிதர்களுக்கிடையே இது ஒன்றுதான் பேச்சு. வேறு எதையுமே யாரும் லக்ஷியம் பண்ணியதாகத் தெரிய வில்லை. தினசரி அலுவல்களாகிய ஊண் உறக்கம் முதலியவற்றை நடத்துவதே சிரம சாத்தியமான காரியமாகி விட்டது.

"போயிருந்தாயா?" என்று தெருவோடு போகும் நண்பன் ஒருவனை ஒருவன் கேட்பான். "சிறபக் காட்சிக்குத் தானே? போயிருந்தேனே ...ஆஹா..." என்று மற்றவன் ஆரம்பித்து விடுவான்.

"பார்த்தாயா? " என்று அந்த நாட்களில் யாராவது யாரையாவது கேட்டால் அதற்கு, "சிற்பக் காட்சியைப் பார்த்தாயா?" என்று தான் அர்த்தம்.

சிற்பக் காட்சி ஒரு பத்து நாட்கள் நடந்தது. அந்தப் பத்து நாட்களில் சுமார் பத்து லட்சம் பேர்வழிகளாவது மன்னனுடைய சிற்பக் காட்சிச் சாலைக்குள் புகுந்து புகுந்து புறப்பட்டிருப்பார்கள். அங்கே காட்சி அளித்த விதவிதமான அற்புதமான தெய்வாதீதமான சிற்பங்களைக் கண்டு களித்தவர்களின் தொகை உண்மையிலேயே எண்ணில் அடங்காது என்றுதான் தோன்றுகிறது; அந்தக் களிப்பும் ஓர் எல்லையில் அடங்காது என்றுதான் சொல்லவேண்டும். பண்டிதர்கள், பாமரர்கள் எல்லோரும் பார்த்து ரஸித்தனர். சாதாரணமாக அழகைப்பற்றிச் சிந்திக்கப் போதிய அவகாசமோ உள்ளமோ இல்லாத மனிதர்கள் கூட அந்தப் பத்து நாட்களும் தங்கள் கண்களுக்கு அழகெனும் விருந்தளித்தார்கள்; கல்லினும் கடினமான தங்கள்

உள்ளங்களை அழகுக்குப் பறி கொடுத்துக் கரைந்து உருகினார்கள்.

நாடெங்குமே இந்தப் பத்து நாட்களையும் கலையின் விழாவாகக் கொண்டாடவேண்டும் என்று சோழன் உத்தரவிட்டிருந்தான். காவிரிப்பூம்பட்டினம், கந்தருவ லோகப் பட்டினமாகக் காட்சியளித்தது. நகரத்து மாந்தர் மட்டுமன்றி, விழாக் கொண்டாடக் குதூகலத்துடன் நாட்டுப் புறத்து மாந்தர்களும் வந்து தலை நகரில் குழுமி யிருந்தனர்.

ஐம்பத்தாறு தேசங்களுக்கும் அதற்கப்பாலுங் கூடச் சோழமன்னன் தூதுவரை அனுப்பி இந்தச் சிற்பக் கண்காட்சியைப் பிரஸித்தப் படுத்தியிருந்தான். அந்தந்த நாட்டுச் சிற்பிகள் தங்கள் தங்களுடைய சிறந்த சிருஷ்டிகளுடன் வந்து தன் சிற்பக் காட்சியைக் கௌரவிக்க வேண்டுமென்று ஓலை அனுப்பியிருந்தான். ஒவ்வொரு வரையும் ஏற்றபடி உபசரிக்கவும் ஏற்பாடு செய்திருந்தான். காட்சி பத்து நாட்கள் நடைபெற ஏற்பாடாயிருந்தது. காட்சிச் சாலையில் வைக்கப்பட்ட சிறந்த சிற்பத்துக்கு ஆயிரம்பொன் பரிசளிப்பதாகச் சோழன் தீர்மானித்திருந்தான்.

மன்னனுடைய அழைப்புக் கிணங்கிக் காச்மீரத்திலிருந்தும் காமரூபத்திலிருந்தும் கங்கைக்கரையிலிருந்தும் சாவகத்திலிருந்தும் யவனத்திலிருந்தும் புஷ்பகத்தி லிருந்தும் மிசிரத்திலிருந்தும் சிறந்த சிற்பிகள் பலர் வந்திருந்தனர். அவர்களுடன் வந்திருந்த சிற்பங்கள் நவநவமான வேலைப்பாடுகள் அமைந்தவை; பார்க்குந் தோறும் பார்க்குந்தோறும் மேலும் மேலும் அதிகமாக இன்பம் பயப்பவை. நகரத்து ஜனங்களுக்கு அந்தச் சிற்ப சிருஷ்டிகளையும் அவற்றின் சிருஷ்டி கர்த்தாக்களையும் பார்ப்பது அற்புதமான ஆனந்தகரமான அனுபவமாய் இருந்தது.

யவனச் சிற்பிகளின் தலைவனாக வந்திருந்த பிராக்ஸிடிலிஸ் என்பவனின் பெயரும் உருவமும் தமிழ்நாட்டு ஜனங்களுக்கு

வேடிக்கையாக இருந்தன. ஆனால் அவனுடைய அழகுக்கும் காம்பீர்யத்துக்கும் ஈடாக வேறு ஒன்றையுமே சொல்லுவதற்கில்லாமல் இருந்தது. தன்னுடைய அழகிலும் காம்பீர்யத்திலும் ஓரளவு அவன் தன்னுடைய சிருஷ்டிக்கும் அளித்திருந்தான். அவனுடைய சிருஷ்டி ஒரு நிர்வாண ஸ்திரீயின் உருவம். அது தங்கள் நாட்டு அழகுத் தெய்வம் என்றும் அதன் பெயர் வீனஸ் என்றும் அவன் சொன்னான். உண்மையிலேயே அழகிகள் நிறைந்த என்று நாடாகத்தான் இருக்கவேண்டும் யவனர் நாடு தமிழ் மக்கள் பேசிக் கொண்டார்கள். யவனர்கள் காட்சிச் சாலையில் வைத்திருந்த மற்ற சிற்பங்களிலும் ஒரு தெய்விகமான அழகு நிரம்பித் ததும்பி வழிந்துகொண்டிருந்தது.

யவனர்களின் நிர்வாண ஸ்திரீக்கு அடுத்தபடியாக ஜனங்களின் மனத்தைக் கவர்ந்தது நேபாளத்திலிருந்து வந்திருந்த பதுமன் என்பவனின் சிருஷ்டிதான். கடித்துக் கொல்லும் பயங்கரமான பாவத்திலே இரு கரு நாகங் களையும் அவற்றின் குட்டிகளையும் அவன் செய்திருந்தான். அதற்கடுத்தாற் போல் வைக்கப்பட்டிருந்த காமரூபத்துப் பிராமண சிற்பியான வஸுதேவனின் சிருஷ்டி மனிதனுடைய கற்பனைக்கே எட்டாத அதீதமானதோர் அற்புதம். அது என்ன என்று கண்டுகொள்ள முயன்று கொண்டே அதன் எதிரில் நின்றபடியே ஊணுறக்கமில்லாமல் நாட்கணக்காகத் தள்ளிவிடலாம் போல் இருந்தது; அவ்வளவு அழகிய புதிர் அது. ஓர் ஆணும் பெண்ணும் ஆலிங்கனம் செய்து கொண்டு நின்றிருந்தார்கள் ; இடையிடையே இரண்டொரு ஸர்ப்பங்கள், ஒரு யானை, இன்னும் உருத்தெரியாத, முழுவதும் உருவகமாகாத பல உருவங்கள், எல்லாம் ஒன்றோடொன்று பிணைந்து முறுக்கிக்கொண்டு கிடந்தன. ஏதோ அழகிய கற்பனைதான்; ஆனால் அதன் அர்த்தம் என்ன என்று தான் யாராலும் சொல்லமுடியாமல் இருந்தது. வஸுதேவனும் தன் வாயைத் திறந்து அதன் அர்த்தத்தை விளக்க முன் வராமலே இருந்துவிட்டான்.

பொன்னாலும் வெள்ளியாலும் மரத்தாலும் மண்ணாலும் கருங்கல்லாலும் நெட்டியாலும் ஆன சிற்பங்கள் பல அங்கே காட்சிக்காக வைக்கப்பட்டிருந்தன. ஒரு சில எதனால் செய்யப்பட்டவை என்பதே ஊகிக்க முடியாமல் இருந்தன. உதாரணமாக மிசிர தேசத்திலிருந்து வந்திருந்த அந்தப் பிரும்மாண்டமான உருவம் ஏதோ கறுப்பான வஸ்துவால் செய்யப்பட்டது. கல்லா களிமண்ணா. மரமா நெட்டியா அது ? தன்னுடைய பிரும்மாண்டமான சிருஷ்டிக்கருகே ஒரு குள்ளனைப்போல நின்றிருந்த ஆஜானுபாகுவான மிசிர சிற்பி அது தேவ ரகசியம், சொல்லக் கூடாது என்றான். அந்த உருவம் மிசிர தேசத்து அரசர்களில் ஒருவருடையது என்றான் அந்தச் சிற்பி. அதேபோலப் புஷ்பகத்தீவிலிருந்து வந்திருந்த சிற்பியின் சிருஷ்டியும் எதனால் ஆனது என்று சொல்ல முடியாமலே இருந்தது. அவன் சிற்பத்தில் மட்டுமல்ல, வான சாஸ்திரத்திலும் வல்லவன் என்பதைக் காட்டியது அவனுடைய சிருஷ்டி; இரவின் அழகை அவன் தத்ரூபமாக, அப்படியே வர்ணக் கற்களாலும் வேறு பலவித யுக்திகளாலும் சமைத்திருந்தான்.

இப்படியாக அண்டை அயல் நாடுகளிலிருந்து வந்திருந்த சிற்பங்கள் நூற்றுக்கணக்காகச் சிற்பக்காட்சிச் சாலையில் வைக்கப்பட்டிருந்தன. இவற்றைத் தவிர, தமிழ் நாட்டுச் சிற்பங்களிலும் நூற்றுக்கணக்கானவை அங் கிருந்தன. கலையிலும் ரஸனையிலும் தாங்கள் எந்த நாட்டினர்க்கும் தாழ்ந்தவர்கள் அல்ல என்று காட்ட விரும்புகிறவர்கள் போலத் தமிழ்ச் சிற்பிகளும் அற்புதமான பாவங்களையெல்லாம் கல்லிலும் மண்ணிலும் உலோகத்திலும் சமைத்திருந்தனர். காட்சிச் சாலையில் அவை தனியாக வைக்கப்பட் டிருந்தன. அவையும் சிற்பப் போட்டியில் சேர்ந்தவைதான். அவற்றில் ஏதாவதொன்று விடச் அங்குள்ள பிற சிற்பிகளின் சிருஷ்டிகளை சிறந்தது என்று தீர்ப்பளிக்கப்படுமாயின், சோழன் பரிசாக அளிப்பதாகச் சொல்லியிருந்த ஆயிரம் பொன்னும் தமிழ் நாட்டான் ஒருவனுக்கே போய்ச் சேர்ந்துவிடும்.

ஆனால் நகரத்து மாந்தர் தங்களுக்குப் பழக்கமான இந்தத் தமிழ் உருவங்களையும் சிருஷ்டிகளையும் அவ்வளவாக ஊன்றிக் கவனிக்கவில்லை. அவை என்றும் தங்கள் நாட்டிலேயே தங்கிவிடக் கூடிய செல்வங்கள். என்றைக்கு வேண்டுமானாலும் திருப்தியாகு மட்டும் கண் கொண்ட மட்டும் பார்த்துக் கொள்ளலாம். வெளிநாட்டுக் கலைச் செல்வங்களே சுலபத்தில் பார்க்கக் கிடைக்காதவை. அவற்றைப் பார்த்துப் பூரணமாக அனுபவித்து விடவேண்டும் என்று தீர்மானித்தவர்களாக,மக்கள் திரும்பத் திரும்பக் கண்காட்சிச் சாலைக்குப் போனார்கள். காலையில் போனவர்கள், இடையில் சாப்பாட்டுக்கு ஏதாவது ஏற்பாடு செய்துகொண்டு, மாலை வரையில், காட்சிச் சாலையை மூடும் நேரம் வரையில், அங்கேயே இருந்து விடுவார்கள். மறுநாளும் காலையிலேயே மறுபடியும் போய்விடுவார்கள் பலர். இப்படியாகக் காட்சிச் சாலையில், அது திறந்திருந்த நேரமெல்லாம் ஒரே கும்பலாக இருந்தது. பூம்புகார் முழுவதிலுமே இந்தச் சிற்பக் காட்சியே எல்லோருடைய ஞாபகமாகவும் பேச்சாகவும் இருந்தது.

இந்தச் சிற்பக் கண்காட்சியின் ஐந்தாவது நாளை ஒரு விசேஷ நாளாகச் சொல்ல வேண்டும். அன்று காலையில் ஒரு விசேஷம் நடந்தது. அப்போது சிற்பக் காட்சிச்சாலையில் சுமார் இரண்டாயிரம் பேர்களுக்கு மேல் இருந்தார்கள். விசேஷம் நடந்த இடத்தில் மட்டும் குறைந்த பக்ஷம் ஐந்நூறு பேராவது இருந்திருப்பார்கள்.

யவனச் சிற்பிகளின் தலைவனான பிராக்ஸிடிலிஸூம், நேபாளத்துப் பதுமனும் தமிழ் நாட்டுச் சிற்பங்கள் வைத்திருந்த கூடத்தில் ஒவ்வொரு சிற்பமாகப் பார்த்துக் கொண்டே வந்தார்கள். அவர்களுடன் கூட எப்போதும் போலவே மௌனமாகக் காமரூபத்தவனான வஸூதேவனும் வந்தான். அவர்களுக்குப் பின்னால், மரியாதையாக, நாலடி தூரத்துக்கப்பால், அவர்கள் எந்தெந்தச் சிற்பங்களைக் கவனிக்கிறார்கள் என்று கவனித்துக் கொண்டும் அவர்களுடைய பேச்சைக் காது கொடுத்துக் கேட்டுக்

கொண்டும் அவர்களுடைய நடையுடை பாவனைகளை ரஸித்துக் கொண்டும் பூம்புகாரின் மக்கள் கூட்டம் ஒன்று வந்து கொண் டிருந்தது.

திடீரென்று வஸுதேவன் தன் நண்பர்கள் இருவரையும் முன்னே செல்ல விட்டுவிட்டுப் பின் தங்கினான். அவன் கவனத்தைக் கவர்ந்தது என்ன என்று யோசித்தவர்களாகப் பின்னால் வந்து நின்று கொண்டிருந்த புகார்வாசிகளும் விட்டனர். தனக்குள்ளேயே பேசிக்கொள்ளுபவன் போல வஸுதேவன் மெல்லிய கீச்சுக்குரலில் சொன்னான்: "இதென்ன? ஏன் இந்தச் சிற்பம் இப்படி வெளிச்சமே இல்லாத இடத்தில், யார் கண்ணிலும் படாதவாறு வைக்கப்பட்டிருக்கிறது ? " அவன் குரலில் அளவற்ற ஆத்திரமும், குதூகலமும் ஒருங்கே தொனித்தன.

முன்னால் சென்றுகொண் டிருந்த பிராக்ஸிடிலிஸ் தன் நண்பனுடைய குரலைக் கேட்டுத் திரும்பிப்பார்த்தான்; நகைத்தான். "மதுவுக்குக்கூட அசைந்து கொடுக்காத உன் நாக்கு எதைக்கண்டு இப்படித் தானாகவே அசைய ஆரம்பித்து விட்டது?" என்று கேலியாகக் கேட்டான்.

யவனத்தானுடைய கேலியை லக்ஷியம் பண்ணாமலே வஸுதேவன் கையை நீட்டி, மௌனமாகவே ஒரு மூலையில் சுட்டிக் காட்டினான். பிராக்ஸிடிலிஸ், பதுமன் உள்பட அங்கிருந்தவர்கள் எல்லோருமே வஸுதேவன் சுட்டிக் காட்டிய சிற்பத்தை நோக்கினார்கள். ஒரு பத்து வினாடி நேரம் அங்கே நிசப்தமாக இருந்தது; யாரும் மூச்சுவிடக் கூடத் துணியவில்லை போல் இருந்தது.

சிற்பச் சாலையிலேயே அது தான் சற்று இருட்டான இடம். இரண்டு சுவர்கள் சேரும் மூலையில் இருளில் பளபளவென லேசாக மின்னிய ஓர் உருவம் நிறுத்தி வைக்கப்பட்டிருந்தது. சுற்றுப் புறத்து மங்கிய இருளுக்கு மாற்றாக அந்த விக்கிரகத்தின் மங்கிய பளபளப்புத் தெரிந்தது. மூடுபனியின் மூலம் அக்கினிப் பிழம்பைப் பார்ப்பது போல இருந்தது

அந்தக் காட்சி. வெளியிலே நல்ல வெளிச்சத்தில் வைத்திருந்தால் உலகத்து ஒளியெலாம் திரண்டு அச் சிற்பத்தில் வந்து குடி புகுந்து விடும்போல் இருந்தது.

உற்றுப்பார்க்கும் போது ஒளிப் பிழம்பினுள்ளே ஓர் உருவம் தெரிந்தது; நடனமாடும் ஓர் உருவம் லேசாகத் தெரிந்தது. நடனத்தின் ஒரு பாவம் மட்டுமல்ல, எல்லாப் பாவங்களுமே பூரணமாக, நிரந்தரமாக அந்த உருவத்தில் சமைக்கப்பட்டிருப்பது போல் இருந்தது. கண்மூடிக் கண் திறப்பதன் முன் அவ்வுருவம் நடனமாடி ஓய்வது போலவும் ஓய்ந்து மறுபடியும் நடனமாடுவது போலவும் தோன்றிற்று. எடுத்த காலும் எடுத்த கைகளும் அந்த ஒரு பாவத்தைக் காட்டி முடித்து விட்டு அடுத்த பாவத்தைக் காட்டத் துடித்துக் கொண் டிருப்பது போல் இருந்தன.

பதுமன் தான் முதலில் பேசினான். "எதனால் அப்பா சிற்பி இந்த விக்கிரகத்தைச் செய்திருக்கிறான்? இது வரையில் என் ஆயுளில் இது மாதிரியான சிற்பத்தை நான் கண்டதில்லையே!" என்றான் அவன்.

தூரத்திலிருந்து பார்க்க மிகவும் அழகாய் இருப்பது போலத்தான் தோன்றுகிறது. கிட்டப் போய்ப் பார்ப்போம் என்று சொல்லிக் கொண்டே பிராக்ஸிடி லிஸ் இரண்டெட்டில் அந்த விக்கிரகத்தை அணுகினான். வஸுதேவன் மறுபடியும் தன் வாயைத் திறந்து பேசினான். "அருகில் சென்று பார்த்தாலும் அழகாகவே தான் இருக்கும். இதை உணர்ந்து கொள்ள ஆற்றலற்ற நீ யவனத்தின் சிறந்த சிற்பி என்று சொல்லிக்கொண்டு கடல் கடந்து வந்து விட்டாயே? " என்று கேலி செய்து புன்னகை புரிந்தான். அவனும் யவனத்தானைப் பின் தொடர்ந்து அந்தப் புது விக்கிரகத்தை அணுகினான்.

மூன்றாவதாக வந்த பதுமன் சிற்பத்தின் வடிவத்தை ரஸிப்பதற்குப் பதிலாக அது எதனாலானது, எப்படி ஒளி வீசுகிறது என்று ஆச்சரியப்பட்டுக் கொண்டு நின்றான்.

"தங்கம் மாதிரிதான் இருக்கிறது. ஆனால் அதற்கு இந்த ஒளி இராதே !" என்றான்.

"இது உலோகமே அல்ல" என்றான் என்றான் பிராக்ஸி டிலிஸ், விக்கிரகத்தைப் பரீக்ஷித்துப் பார்த்து விட்டு. இது உருக்கிய உலோகமுமல்ல; செதுக்கிய கல்லுமல்ல; பிசைந்து வைத்த மண்ணுமல்ல; ஒளியையே பிடித்து வடிவாகச் சமைத்து வைத்திருக்கிறானடா!" என்றான். பிறகு ஒரு நிமிஷம் மௌனம் சாதித்துவிட்டு "இது பொய்யானால் என்னை ஜீயஸ் தண்டிக்கட்டும்!" என்றான்.

அவன் குரலில் அதுவரையில் இல்லாத பயமும் பக்தியும் தொனிப்பது கண்டு கலைஞர்களைத் தொடர்ந்து வந்திருந்த புகார்வாசிகள் எல்லோருமே ஆச்சரியப்பட்டனர். அந்த உருவம் ஒளி வடிவாகவே தான் இருந்தது என்பதை எல்லோருமே ஒப்புக்கொண்டார்கள்.

இது வரையில் அது அவர்கள் யாருடைய கண்ணிலும் படாமல் தப்பி ஒளிந்துகொண் டிருந்ததுதான் எப்படி என்று யாருக்கும் தெரியவில்லை.

யவனத்துச் சிற்பியினுடைய வார்த்தைகளையும் விட அதிகமாகக் காமரூபத்து வஸுதேவனின் முகபாவமும் செய்கையும் ஜனங்களுக்கு உண்மையிலேயே ஆச்சரியத்தை மூட்டிவிட்டன. அவன் முகத்திலே பயமும் பக்தியும் ஆச்சரியமும் நிறைந் திருந்தன. அவன் கண்களில், காணாது கண்டது போன்றதோர் ஒளி வீசியது. அந்த உருவத்தின் அழகை எல்லாம் அப்படியே விழுங்கி விடுபவன் போல இரண்டு வினாடிகள் அதையே பார்த்துக் கொண்டு நின்றான். அப்புறம் மேலே போர்த்துக் கொண்டிருந்த சால்வையை எடுத்து இடுப்பில் வரிந்து கட்டிக் கொண்டு சாஷ்டாங்கமாக அந்த விக்கிரகத் துக்கு நமஸ்காரம் பண்ணினான். ஜனங்கள் திக்பிரமையுடன் வஸுதேவனையும் அவன் எதிரேயிருந்த விக்கிரகத்தையும் மாறிமாறிப் பார்த்துக் கொண்டே நின்றார்கள்.

எழுந்து நின்று வஸுதேவன் அந்தக் கூடம் முழுவதும் கேட்கும்படியாகப் பெருமூச்சு விட்டான். அந்த நிசப்தத்திலே அவன் தனக்குள்ளேயே முணுமுணுத்துக் கொண்ட வார்த்தைகள் அந்தக் கூடத்திலிருந்தவர்கள் எல்லோருடைய காதிலும் விழுந்தன. இந்த மாதிரியான கலை மனுஷ்யனால் சாத்தியமாவது என்று எனக்குத் தோன்றவில்லை. சிருஷ்டி ரகசியத்தின் சின்னத்தைச் சிருஷ்டிக்கத்தான் நான் நாற்பது ஆண்டுகளாக இரவு பகல் ஓயாமல் முயன்று வருகிறேன். இதோ இந்தத் தமிழ்ச் சிற்பி சுலபமாகச் செய்து முடித்து விட்ட சிற்பத்தின் முன் என்னுடைய சிறந்த சிற்பம் குழந்தை கையில் அகப்பட்ட களிமண் உருண்டை போல் ஆகிவிட்டது. இனி என்னுடைய சிருஷ்டியை உடைத்து எறிந்து விட வேண்டியது தான். அதற்கு இனி அவசியமில்லை..."

மறுபடியும் வஸுதேவன் கையெடுத்து அந்த விக்கிரகத்தைத் தொழுதான்.

பிராக்ஸிடிலிஸும் பதுமனும் அந்த விக்கிரகத்தை விட்டுக் கண்ணை எடுக்கமாட்டாமல் நின்றார்கள்.

"அதன் முகத்திலேதான் என்ன பேரானந்தம் படிந்திருக்கிறது பார்? உலகத்திலுள்ள ஆனந்தம் பூராவையுமே திரட்டி அதில் வைத்திருப்பது போலல்லவா இருக்கிறது?" என்றான் பதுமன்.

'நம்மால் ஒரு வினாடியைத்தான் சிற்பத்தில் பிடித்து வைத்துக் காட்ட முடிகிறது. ஒரு சுவையின் ஒரு பாவத்தைத் தான் காட்ட முடிகிறது. இதில் காலம் இடம் முதலிய வரையறைகள் கடந்த சுவையையும் சலனத்தையும் ஒரே வினாடியில் காட்டி யிருக்கிறானே!' என்று யவனன் வியந்தான்.

"கண்களிலே தான் என்ன அன்பு?"

"கைகளிலே தான் என்ன லாகவம்?"

"அதன் கையிலுள்ள உடுக்குச் சப்தம் கேட்கவில்லையா உனக்கு ?"

இப்படி அவர்கள் மாறிமாறிப் பேசிக்கொண்டிருப்பதைக் கண்டு ஜனங்கள் வியந்து நின்றார்கள். சிற்ப வல்லுநர்கள் என்று தேசாந்தரங்களிலிருந்து வந்திருந்த அவர்கள், பாடம் கேட்டுப் பலன் அடையாத கற்றுக்குட்டிகள் மாதிரி இப்படி ஒவ்வொன்றாக அலசிப் பார்த்துக் கொண்டிருப்பதைக் கண்டு உண்மையிலேயே எல்லோரும் ஆச்சரியப்பட்டுப் போனார்கள்.

"எடுத்த இந்தப் பாதத்தில் தான்...என்ன .... என்ன...?" என்று வார்த்தை அகப்படாமல் தடுமாறினான் பிராக்ஸிடிலிஸ். ஜீயஸ்தான் என்னைக் காப்பாற்ற வேண்டும்! வளம் நிறைந்த எங்கள் யவன பாஷையிலே கூட இந்தப் பாதத்தின் தன்மையை வருணிக்க வார்த்தை இருப்பதாகத் தெரியவில்லையே. தமிழில் எங்கே இருக்கப் போகிறது?"

தமிழில் இருக்கிறது வார்த்தை. அருள் என்று சொல்லுவோம் என்று பிராக்ஸிடிலிஸின் கேள்விக்கு ஒரு புதுக்குரல் பதில் சொல்லிற்று.

எங்கிருந்தோ அங்கே திடீரெனத் தோன்றிய அந்த ஜடாமகுடதாரியான கிழவரைக் கண்டு ஜனங்கள் "பதஞ்சலி, பதஞ்சலி வந்திருக்கிறார்" என்று முணு முணுத்துக் கொண்டார்கள்.

அது பிராக்ஸிடிலிஸின் காதில் விழுந்தது. அவனும் விக்கிரகத்தினின்றும் தன் கண்ணை எடுத்து விட்டு வந்தவரை நோக்கினான்.

வந்தவர் கிழவர். நரைத்து அடர்ந்திருந்த கேசமும் தாடியுமாக, வார்த்தைகளில் அகப்படாத ஒரு முகப் பொலிவுடனும் தேஜஸுடனும் காட்சியளித்தார்.

அவருடைய தோற்றத்தினால் கவரப்பட்டவனாக பிராக்ஸிடிலிஸ் "ஸ்வாமி! வருக. வணங்குகிறேன்" என்றான்.

இம்மாதிரித் தோற்றமுள்ள மனிதர்களைக் கண்டு பழக்கப்பட்டவர்களான பதுமனும் வஸுதேவனும் கைகூப்பி அஞ்சலி செய்து தலை வணங்கினர். தம்முடைய இரு கைகளையும் தூக்கிப் பெரியவர் அந்த மூன்று கலைஞர்களையும் ஆசீர்வாதம் செய்தார்.

"யவனத்துக் கலைஞனே!" என்று பிராக்ஸிடிலிஸை அழைத்து அவர் சொன்னார். "நீ சற்று முன் இந்த நடன ராஜனின் பாதத்தைக் கண்டு வியந்து, அதனுடைய பாவத்துக்கும் முத்திரைக்கும் ஏற்றதாக வளமிகுந்த உங்கள் பாஷையிலேயே வார்த்தை கிடையாதே என்று வருந்தினாய். தற்செயலாய் இங்கே வந்து சேர்ந்த நான் உன்னு டைய வாக்கியத்தைக் கேட்டேன். தமிழில் அதற்குத் தக்க பதம் இருக்கிறது. ஆனால் தமிழர்களிலேயே பலருக்கு அந்தப் பதமும் அதனுடைய அர்த்தமும் தெரியாமல் இருக்கும்போது உன்னைப் போன்ற அன்னியனுக்கு அது எப்படித் தெரிய முடியும் ?"

பிராக்ஸிடிலிஸ் பணிவாகவே சொன்னான்: “ என்னு டைய அறியாமை எனக்குத் தங்களை அறிமுகம் செய்து வைத்தது என்பது பற்றி நான் மிகவும் சந்தோஷப் படுகிறேன். ஆனால் தங்களுடைய திருநாமம், வரலாறு முதலியவற்றைப் பற்றி இன்னும் கொஞ்சம் அறிந்து கொண்டேனானால் நான் இன்னும் அதிகத் திருப்தியடைவேன்."

"நீ இந்தத் தேசத்துக்குப் புதியவன். அதனால்தான் நீ என்னுடைய காஷாயத்தைக் கண்டே நான் துறவி என்பதை அறிந்து கொள்ளவில்லை. காய் கனிகளைத் தின்றுகொண்டு மனித சஞ்சாரமில்லாத காடுகளில் வாழும் துறவி நான். ஈசுவர சிருஷ்டியிலே உள்ள பரமாணுக்களிலே மிகவும் சிறியதோர் அணு நான். என்னைப் பதஞ்சலி என்று சொல்லுவார்கள். ஈசுவர நாமத்தையே துதித்துக் கொண்டு காலங் கடத்துபவன் என்றார் பெரியவர்.

பதஞ்சலி என்ற பெயரைக் கேட்டவுடனே வஸூ தேவன் முன்னிலும் அதிக வணக்கத்துடன் கைகூப்பி அஞ்சலி செய்தான். "யோக சூத்திரங்களின் ஆசிரியரைக் கண்கள் காணும் பாக்கியம் செய்தனவே!" என்றான். அவன் கண்களில் நீர் பெருகியது. பரவச நிலையை எய்தி நின்றான் அவன்.

"ஆம். என் சிற்றறிவுக் கெட்டியவரையில் யோகத்தை விளக்கி ஒரு சிறு நூல் எழுதியிருக்கிறேன்" என்றார் பதஞ்சலி.

"இன்று தங்களுடைய தரிசனத்தால் நாங்கள் கிரு தார்த்தர்களானோம்" என்றான் பதுமன்.

தன்னுடைய இரண்டு நண்பர்களுடைய பரவசத்தையும் கண்டு திகைத்துப் போனான் பிராக்ஸிடிலிஸ். "இந்தப் பாரத வருஷத்து ஜனங்களின் நடவடிக்கைகளே இப்படித்தான். நமக்கு ஒன்றுமே புரிவதில்லை" என்று முடிவு கட்டிக் கொண்டான். திடீரென்று அவனுக்கு ஒரு சந்தேகம் தோன்றிற்று.

"ஸ்வாமி! தாங்கள்தான் இந்த நடனராஜ சிற்பத்தினுடைய சிருஷ்டிகர்த்தாவோ?" என்று பதஞ்சலியைக் கேட்டான். அவர் அதன் சிருஷ்டிகர்த்தராக இருந்தாரானால் தானும் அவரை வணங்கத் தயாராகவே இருந்தான்.

"இல்லை அப்பா, இல்லை! நல்ல வேளையாக என்னப்பன் என்னிடமிருந்து இது மாதிரியான விளையாட்டுக்களை எல்லாம் எதிர் பார்ப்பதில்லை" என்றார் பதஞ்சலி.

இந்தப் பாரத நாட்டில் தனக்கு விளங்காத புதிர்கள் இன்னும் எத்தனை இருக்கின்றனவோ என்று எண்ணிப் பெருமூச்சு விட்டான் பிராக்ஸிடிலிஸ். அப்புறம் சொன்னான்: "இந்தச் சிற்பத்தைச் செய்தவன் சிருஷ்டியின் ரகசியத்தைப் பரிபூர்ணமாக அறிந்தவனாகவே இருக்க வேண்டும் என்று எனக்குத் தோன்றுகிறது."

"ஆம். அறிந்தவனாகத்தான் இருக்க வேண்டும். இல்லாவிட்டால் இதில் அருள் இப்படி வழிந்தோடாது" என்றார் பதஞ்சலி.

"அருள் என்ற பதத்திற்கு......?"

"அதன் அர்த்தந்தான் கண்ணெதிரில் உருவெடுத்து நிற்கிறதே,பார்க்கிறீர்களே!" என்றார் பதஞ்சலி. "பிரபஞ்ச சிருஷ்டியின் தத்துவத்தையே இதில் வடித்தெடுத் திருக்கின்றான் சிற்பி என்று எனக்குத் தோன்றுகிறது. சிற்பக் கலையில் வல்லவர்களாகிய நீங்களும் என்போலவே அபிப்பிராயப்படுவது கண்டு நான் சந்தோஷப்படுகிறேன்.

"சிற்பக் கலையின் சிகரம் இது என்று எனக்குத் தோன்றுகிறது."

"சந்தேகமே இல்லை" என்றான் பிராக்ஸிடிலிஸ். ஆம். அதில் சந்தேகமே இல்லை என்றான் வஸூ தேவன். பதுமனும் தலையை அசைத்தான்.

"இனித்தங் கசிய எடுத்த இப் பொற்பாதத்தை மானிடர் கண்ணாரக் கண்டு உய்யுங்காலம் வந்துவிட்டது என்று நான் சந்தோஷப்படுகிறேன். அத்தனே! உன் கருணையே கருணை!" என்று அந்த விக்கிரகத்தை நோக்கிக் கைகூப்பினார் பதஞ்சலி.

அங்கே கூடியிருந்த ஜனங்கள் எல்லோரும் கை கூப்பினார்கள். வஸூதேவனும் பதுமனும் கைகூப்பினார்கள். பிராக்ஸிடிலிஸ்கூட இந்தியப் பாணியில் தன்னையும் மறந்து கைகூப்பினான்.

பரவச நிலையிலே மெய்விதிர்க்க, கண்கள் நிறையப் பதஞ்சலி, சிறிது நேரம் கைகூப்பிய படியே நின்றார். அப்புறம் சொன்னார்: “என்னப்பன் இனி என் கனவுகளிலே இந்த உருவத்திலேதான் காட்சி அளிப்பான்."

இந்தப் பரவசத்திலிருந்து முதலில் விடுபட்டது யவனத்தவனாகிய பிராக்ஸிடிலிஸ்தான். "ஸ்வாமி, என்னை மன்னிக்க வேண்டும். என்னுடைய அறியாமைக்கு இரங்கித் தாங்கள் இரண்டொரு கேள்விகளுக்கு விடைதர வேண்டும்'' என்றான்.

"கேள். என்னால் முடியுமானால் பதில் அளிக்கிறேன் " என்றார் பதஞ்சலி.

"இதைச் சிருஷ்டித்தவன் யார் என்று தங்களுக்குத் தெரியுமோ?"

"தெரியாது. இந்தச் சிற்பத்தையே நான் சற்று முன் தான் இக் கண்களால் கண்டேன். அதற்குள்ளேயே நான் துறவி என்பதையும் மறந்துவிட்டு என் உள்ளத்தை இதற்குப் பறிகொடுத்துவிட்டு நிற்கிறேன்" என்றார் பதஞ்சலி.

"இந்தச் சிற்பி யார் என்று தெரிந்து கொள்ள வேண்டியது அவசியமென்று தங்களுக்கும் தோன்றவில்லையா?"

"அதில் ஒன்றும் சிரமம் இராது என்றே நினைக்கிறேன். சிற்ப சாலையின் அதிகாரியான தேவமித்திரனைக் கூப்பிட்டுக் கேட்டால் தெரிந்துவிடும். யாராவது அவனை அழைத்து வாருங்கள் " என்றார் பதஞ்சலி.

ஜனத்திரளில் ஓரிருவர் பதஞ்சலியின் கட்டளையை நிறைவேற்ற ஓடினார்கள்.

பிராக்ஸிடிலிஸ் சொன்னான்: இவ்வளவு சிறந்த சிற்பத்தை யார் கண்ணிலும் படாமல் ஒரு மூலையில் இருட் டில் போட்டுவிட்டார்களே ! நாங்களும் ஐந்து நாட்களாக இந்தச் சிற்ப சாலையில் இருப்பவற்றை எல்லாம் கவனித்துக் கொண்டு நடமாடுகிறோம். எனினும் எங்கள் கண்ணில் கூட இது இவ்வளவு நாளாகப்படாமலே இருந்துவிட்டதே! இன்று கூட நாங்கள் இதைத் தாண்டிப் போய்விட்டோம். வஸுதேவன் இதைக் கவனித்திரா விட்டால்......"

இப்படி அவன் சொல்லி முடிக்குமுன் தேவமித்திரன் ஓட்டமும் நடையுமாக வந்துசேர்ந்தான். பதஞ்சலி முனிவரே தன்னை அழைக்க ஆளனுப்பினார் என்று அறிந்தும் அவன் தாமதிக்க முடியுமோ? அவனை விசாரித்ததன்மேல் பின்வரும் விஷயங்கள் தெளிவாயின.

அந்தச் சிற்பத்தின் கர்த்தா தன் பெயர் மயன் என்று தெரிவித்திருந்தான். அது அவனுடைய உண்மைப் பெயர் அல்ல என்றே தோன்றிற்று. அவன் தமிழன்தான்; மாயூரத்துக்கருகில் காவிரி நதிக்கரையிலுள்ள ஒரு கிராமத்தவன் என்று அவன் சொல்லிக்கொண்டான். தன் சிற்பத்துக்கு அவன் நர்த்தன சுந்தரர் என்று பெயரிட்டிருந்தான். காட்சி திறந்த அன்றே அவன் அந்த விக்கிரகத்தைத் தேவமித்திரனிடம் ஒப்பித்து விட் டான். அவன் புகார் நகரில் எங்கே தங்கியிருந்தான் என்பது தேவமித்திரனுக்கும் தெரியாது. விக்கிரகத்தை ஒப்பித்துவிட்டு, தேவமித்திரன் கொடுத்த ஓலை நறுக்குடன் அவன் போய்விட்டான். சிற்பக்காட்சியின் பத்தாவது நாள், அதாவது பரிசளிக்கும் தினத்தன்று, அரச சபைக்கு வருவதாக அவன் சொல்லிவிட்டுப் போயிருந்தான். மற்றவர்களைப் போல அவன் காட்சிச் சாலைக்குள் புகுந்து மற்ற சிற்பங்களைப் பார்வையிடக் கூட இல்லை என்றான் தேவமித்திரன்.

பிராக்ஸிடிலிஸ் கேட்ட ஒரு கேள்விக்குப் பின்வருமாறு தேவமித்திரன் பதில் அளித்தான். "நர்த்தன சுந்தரர் உருவத்தை நான் காட்சிச் சாலை ஆட்களிடம் உடனே ஒப்பித்து விட்டேன். அதை வைக்க வேறு இடங் காணாததால் என் ஆட்கள் மூலையில் இருட்டில் வைத்து விட்டார்கள் என்று தோன்றுகிறது. அது இருட்டில் கிடக்கும் விவரம் இதுவரையில் எனக்குத்தெரியாது அதை நல்ல இடத்தில் எடுத்துவைக்க ஏற்பாடு செய்து விடுகிறேன்."

தனக்குத் தெரிந்ததை எல்லாம் சொல்லிவிட்டு தேவ மித்திரன் பதஞ்சலிக்கும் மற்றவர்களுக்கும் வணங்கி விடை பெற்றுக் கொண்டு போனான்.

பதஞ்சலி சொன்னார்: "மயன் என்றால் அசுர சிற்பி என்று அர்த்தம். ஆனால் இந்தச் சிற்பம் தெய்விகமான சிற்பம் என்பதில் எனக்குச் சிறிதும் சந்தேகமில்லை."

"காட்சிச் சாலைக்குள்கூட வந்து பார்க்கவில்லையாமே அந்த மயன் என்று பிராக்ஸிடிலிஸ் குறைப்பட்டுக் கொண்டான்."

"கலையின் பரிபூரணத்தை எட்டி விட்டவனுக்கு அரைகுறையான நமது சிருஷ்டிகளை எல்லாம் காண வேண்டுமென்ற ஆசை இல்லாதுபோவது நியாயந்தானே!" என்றான் வஸுதேவன்.

பிராக்ஸிடிலிஸ் கண்களைப் பரக்க விழித்து வஸு தேவனை ஒருதரம் பார்த்தான். அப்புறம் அவனுடைய "நண்பா! கையைத் தன் கைகளில் கோத்துக்கொண்டு போவோம் வா. உணவருந்தும் நேரமாகிவிட்டது என்றான். பதஞ்சலியை வணங்கி விடை பெற்றுக்கொண்டு எல்லோரும் கிளம்பினார்கள். பதஞ்சலி மட்டும் சிறிது நேரம் தனியாக அந்த நர்த்தன சுந்தர விக்கிரகத்தின் முன் தியானத்தில் ஆழ்ந்தவராக நின்றிருந்தார். விக்கிரகத்தை நடு அறையில் உயரமான பீடத்தில் ஏற்றி வைக்கத் தேவமித்திரனுடைய ஆட்கள் வந்ததால் தியானம் கலைந்து பதஞ்சலியும் தம் இருப்பிடம் ஏகினார்."

2

முன்பகுதியில் கூறிய சம்பவங்கள் நடந்த மறு நாள் மாலை ; அஸ்தமிக்க ஏழெட்டு நாழிகை நேரம் இருக்கும் போது புகார் நகரத்து மேலைக் கோட்டை வாசல் வழியாக ஒரு குதிரை வீரன் வெளியே வந்தான். தோற்றத்திலிருந்து அவனை அன்னிய தேசத்தவன் என்றுதான் மதிக்க வேண்டும். எனினும் அவன் தமிழரைப் போலவே ஆடை அணிந்திருந்தான்; இடுப்பில் கச்சமாகப் பத்துமுழம் வேட்டியும் மேலே துல்லியமான வெள்ளைத் துண்டும் தரித்திருந்தான். வயது இருபத்தைந்துக்குள் தான் இருக்கும். நல்ல கட்டுமஸ்தான தேகம்; நல்ல உயரம். இடுப்பில் கச்சையிலிருந்து ஒரு

குட்டையான வாள் உறையுடன் தொங்கிக்கொண் டிருந்தது. அதைத் தவிர அவனிடம் வேறு எவ்விதமான ஆயுதமும் இல்லை.

கோட்டை வாசல் காவற்காரன் குதிரை வீரனை விசாரித்தான். அந்த வாசல் வழியாகப் போகும் அன்னியர்கள் எல்லோரையுமே விசாரித்துப் பதிந்து கொள்ளுவது அவன் வேலை. "உன் பெயர் என்ன?"

"மயன்"

"ஊர்?"

"இப்ப சத்தியாகப் புகார் தான் என் ஊர். அப்படியே குறித்துக்கொள்" என்றான் மயன்.

அவனுடைய தமிழ்ப் பேச்சைக் கேட்டதுமே வாசல் காப்போன் குறித்துக் கொள்வதை நிறுத்திவிட்டான். "நீ அன்னியன் அல்லவே?" என்றான்.

"இல்லை."

"சரி, போகலாம் " என்று கோட்டைக் கதவைத் திறந்து விட்டான் காவற்காரன். "இரவில் நேரம் கழித்து வந்தால் இந்தக் கதவு திறக்காது. வடக்கு வாசல் வழியாகத்தான் போக வேண்டும்" என்றான்.

மயன் அவன் கையில் இரண்டு வெள்ளிக் காசுகளை வைத்துவிட்டு ராஜபாட்டையில் குதிரையைச் செலுத்திக் கொண்டு சென்றான். அவனுக்கு எங்கும் செல்ல அவசரம் எதுவும் இல்லை போலும். கடிவாளத்தைக் கையில் தளரப் பிடித்துக் கொண்டு குதிரையை அதன் வேகத்திலேயே நடக்க விட்டவனாக வீற்றிருந்தான்.

சாலை நெடுக மரங்கள் அடர்த்தியாக வளர்ந்திருந்தன. ஒருபுறத்தில் கம்பீரமாகக் காவேரி ஆறு ஓடிக் கொண்டிருந்தது; இரு கரையும் புரள ஜலம் ஓடிக்

கொண்டிருந்தது. எதிர்ப் புறத்தில் கண்ணுக்கெட்டிய வரையில் பச்சைப் பசேல் என்ற நெல்வயல்கள். இந்தக் காட்சியை மயன் கண்டு அனுபவித்துக் கொண்டே பத்துப் பன்னிரண்டு கல் போயிருப்பான். எதிரே மரங்கள் அடர்ந்த தோப்பொன்று தென்பட்டது.அதைக்காடு என்று சொல்ல முடியாது; காட்டின் ஆரம்பம் என்று வேண்டுமானால் சொல்லலாம். அதை ஒட்டி, மரங்கள் அடர்த்தியாக இருண்டு வளர்ந்திருந்த இடத்தில் ஆற்றில் ஒரு படித்துறை கட்டப்பட்டிருந்தது. காரியம் ஒன்றுமில் லாமல் வந்திருந்த மயனுக்கு அந்த இடம் மிகவும் மனோகரமானதாகப் பட்டது. குதிரையிலிருந்து இறங்கி ஆற்றில் அதற்குத் தண்ணீர் காட்டி விட்டுப் பாதையில் போவோர் வருவோர் கண்ணில் படாமல் அதை ஒரு புதருக்கப்பால் கட்டிவிட்டு ஆற்றங்கரைப் படிக்கட்டில் கடைசிப் படியில் சலசலவென்று ஓடிக் கொண்டிருந்த தெளிந்த ஆற்று ஜலத்தில் காலைத் தொங்க விட்டுக் கொண்டு உட்கார்ந்தான். ஒரு வினாடிக்கெல்லாம் அவன் எல்லாவற்றையும் மறந்துவிட்டு ஏதோ சிந்தனையில் ஆழ்ந்துவிட்டான். அது மிகவும் இன்பகரமான சிந்தனை என்பதை அவன் முகத்தில் லேசாகப் படர ஆரம்பித்த புன்னகை அறிவுறுத்தியது.

வெய்யில் தாழ்ந்துவிட்டதே தவிர இன்னமும் இருட்ட ஆரம்பிக்கவில்லை. தலைக்கு மேலே நடுவானத்தில் வெளிறிட்ட அரைச் சந்திரன் மிதந்து கொண்டிருந்தது. வானத்தில் நீலம் ஆழ்ந்து கிடந்தது; நிர்மலமாக இருந்தது. நமது குதிரை வீரன் உட்கார்ந்திருந்த துறைக்கு எதிர்த் துறையில் அழகான மண்டபம் ஒன்றிருந்தது. அந்த இடத்தின் அமைதியைக் கெடுக்க அங்கே மனித சஞ்சாரமே இல்லை. மயன் தன் கைகளால் தலையைத் தாங்கிக் கொண்டு ஆற்று ஜலத்துக்குள் உற்றுப் பார்த்தபடியே சிறிதுநேரம் உட்கார்ந்திருந்தான்.

திடீரென்று அவனுடைய சிந்தனைகளும் அவனைச் சுற்றியிருந்த மௌனமும் கலைந்தன. இரண்டு குதிரைகள் வேகமாக வரும் சப்தம் கேட்டு அவன் எழுந்து நின்று

பாதையைக் கவனித்தான். மேற்கே, காட்டுக்குள்ளிருந்து இரண்டு வெள்ளைப் பரிகள் வேகமாக வெளியே வந்தன. அந்தக் குதிரைகளின் சேணங்களும் மேலே விரித்திருந்த பட்டும் மாலை வெயிலில் பளபளத்தன. அந்தக் குதிரைகளின் மேல் இரண்டு யுவதிகள் வீற்றிருந்தார்கள். காட்டிலிருந்து வேகமாக வந்தவர்கள் ஒரு கணத்தில் நமது குதிரைவீரன் நின்றிருந்த படித்துறையைத் தாண்டிச் சென்று விட்டார்கள். ஆனால் அந்தக் கணத்திலேயே அவர்களுடைய எழிலையும் முகப் பொலிவையும் பார்த்து விட்டான் மயன். ஒருத்திக்கு வயது பதினைந்து பதினாறு தான் இருக்கும்; உலகத்தில் உள்ள அழகை எல்லாம் திரட்டி எடுத்து அவளைச் சமைத்திருந்தான் போலும் பிரும்மதேவன். மற்றவள் வயதில் சற்று மூத்தவள் ; அழகிலும் சற்றுக் குறைவுதான்.

இதற்குமுன்னர் ஒருதரம் மயன் அந்த இருவரையுமே சேர்ந்தாற் போலப் பார்த்திருக்கிறான்; சிற்பக் காட்சிச் சாலையில் முந்திய தினம் மாலை. அப்பொழுதே கலைஞனான அவன் தன்னுடைய உள்ளத்தை அந்த இருவரில் இளையவளிடம் பறிகொடுத்துவிட்டான். ஆற்றங்கரைப் படித்துறையில் உட்கார்ந்துகொண்டு அவன் உண்மையில் அவளைப் பற்றித்தான் பகற்கனவுகள் கண்டுகொண் டிருந்தான். பெரிய குடும்பத்தவர்கள் என்பதைத் தவிர அவன் அவர்களைப்பற்றி வேறு எதுவுமே நிச்சயமாக அறிந்து கொள்ள அப்போது இயலவில்லை.

இப்படி இன்று தெய்வாதீனமாக அவர்கள் மறுபடியும் தன் கண்ணில் பட நேர்ந்ததை ஒரு நல்ல சகுனமாக அங்கீகரித்தான் அவன். தன் கனவுகள் பலிக்கலாம்; பலிக்கலாம்... தெய்வம் தன் பக்கம் இருந்தால், பலிக்கலாம். இதை எண்ணியவுடனே அவனுக்கு மயிர்க்குச்செறிந்தது.

முதலில் அந்த நங்கை யார் என்று அறிய வேண்டி யது அவசியம். அதை எப்படிச் செய்வது?" என்று தனக்குள் யோசித்தான் மயன். அந்த யுவதிகளை இப்போதே நகருக்குப் பின்பற்றிச் சென்றால் அவர்கள் எங்கே செல்லுகிறார்கள்

என்று அறிந்துகொள்ளலாம். அதற்கப்புறம் தீர விசாரித்துக் கொள்ளலாம் என்று அவன் யோசித்தான். அவனுக்குத்தான் அப்பொழுது வேறு ஒரு வேலையும் இல்லையே! இந்த யோசனை உதித்ததுதான் தாமதம். அவன் உடனே இரண்டெட்டில் தன் குதிரை கட்டியிருந்த இடத்தை அடைந்தான். குதிரையின் சேணம் முதலியவற்றைச் சரிப்படுத்திக் கொண்டு கிளம்ப இரண்டு வினாடிகளே பிடித்தன. ஆனால் ராஜபாட்டையில் அந்த இரண்டொரு வினாடிகளுக்குள்ளேயே அந்த யுவதிகளின் குதிரைகள் வெகு வேகமாக முன்னேறி வெகுதூரம் சென்றுவிட்டன. மயன் ராஜபாட்டையை அடைந்தபோது தூரத்தில் வானம் பூமியைத் தொடுமிடத்தில் அவர்களுடைய உருவங்கள் இரண்டு சிறு புள்ளிகளாகத் தெரிந்தன. வாலிபன் தன் குதிரையைத் தட்டிவிட்டான். அந்த உயர்ந்த ஜாதி அரபிக்குதிரை தன் யஜமானின் குதிகால் அதன் விலாவில் பட்ட உடனேயே அவனுடைய எண்ணத்தை அறிந்து கொண்டது போல ரோஷத்துடன் பறந்தது. சிறிது நேரத்துக்கெல்லாம் எங்கேயோ வெகு தொலைவில் சிறு புள்ளிகளாகத் தோன்றிய உருவங்கள் இரண்டும் மனித உருவங்களாக- ஆனால் இன்னமும் சிறிய உருவங்களாகவே - தோன்றின. நகரம் சேரும் வரையில் இதை விட அதிகமாக அவர்களை நெருங்க வேண்டியதில்லை என்று மயன் தீர்மானித்தான்.

இந்தத் தீர்மானமும் அதற்கெதிராகக் காரியம் செய்யவேண்டி நேர்ந்ததும் அடுத்தடுத்த வினாடிகளில் நிகழ்ந்தன. திடீரென்று சாலையின் இரு புறங்களிலிருந்தும் நான்கு குதிரை வீரர்கள் வந்து அந்த யுவதிகளை வளைத்துக்கொண்டதை மயன் கண்டான். அதைக் கண்ட வினாடியிலேயே மயனுடைய குதிகால் அவனுடைய குதிரையின் விலாவில் பள்ளம் பறித்தது. குதிரையும் மின்போல முன் நோக்கிப் பாய்ந்தது. யுவதிகளின் பயந்த குரல் எழுந்து அடங்குமுன் அவர்களுக்கு இருபது கஜ தூரத்தில் வந்துவிட்டான் நமது குதிரை வீரன்.

யுவதிகளை வளைத்துக் கொண்டிருந்த குதிரை வீரர்கள் நால்வரும் சேனை வீரர்கள் போல எல்லாவிதமான

ஆயுதங்களும் தரித்திருந்தார்கள். அதைக்கண்ட பின் கூட மயன் தன் இடுப்பிலிருந்த குட்டைவாளை உருவவில்லை. நால்வருடன் தனியாக எதிர்த்துப் போர் செய்யத் தன் வாள் போதாதென்று அவன் அறிந்திருந்தான். ஆகவே யுக்தியினாலும் சாதுரியத்தினாலுமே அவர்களை வெல்ல வேண்டுமென்று அவன் தீர்மானித்தான்.

மயனின் வருகையால் தங்களுடைய துஷ்ட காரியத்தில் அந்தக் குதிரை வீரர்கள் சற்றுத் தயங்கினார்கள். ஆனால் அங்கே தங்களை எதிர்க்க, ஆயுதபலம் அதிகமில்லாத ஒருவனைத் தவிர வேறு யாரும் இல்லை என்று கண்டவுடன் அவனை வெருட்டி அனுப்பிவிட்டுத் தங்கள் காரியத்தை முடித்துக் கொள்ளலாம் என்று எண்ணினார்கள் போலும். அந்தக் கோஷ்டியின் தலைவனாகத் தோன்றிய ஒருவன் ரகசியமாகத் தன் ஆட்களுக்கு ஏதோ சொன்னான். உடனே இருவர் தங்கள் குதிரைகளைத் திருப்பிக்கொண்டு கனவேகமாக மயனை நோக்கி வந்தார்கள். தலைவனும் மற்றவனும் அணங்குகளுக்குக் காவலாக, அவர்களுடைய குதிரைகளின் சேணத்தைப் பிடித்துக்கொண்டு, திரும்பிப் பார்த்தபடியே, குதிரைமேல் வீற்றிருந்தார்கள். தங்களுக்கு உதவி செய்யப் பாய்ந்து வந்த வீரனின் கதி என்ன ஆகுமோ என்று பயந்தவர்களாக, வெளுத்த முகத்துடன் யுவதிகள் இருவரும் கற்சிலைகள்போலத் தங்கள் குதிரைமேல் அமர்ந்திருந்தார்கள்.

அடுத்து நடந்த காரியங்கள் ஒரே வினாடியில், கண்மூடிக் கண் திறப்பதன் முன் முடிந்துவிட்டன. தன்னுடைய விருப்பத்தை மயன் தன் குதிரைக்குத் தன் குதிகால் மூலம் தெரிவித்ததுதான் தாமதம். அது ஒரு புறமாகச் சாய்ந்துகொண்டு வெகுவேகமாக ஓடிப்போய் தீர்த்து வந்த இரண்டு வீரர்களில் இடதுபுறத்தில் இருந்தவனுக்கு இடதுபுறமாக மோதித் திரும்பி நின்றது. அந்தக் குதிரையும் குதிரைவீரனும் அந்த மோதல் வேகத்தால் தயங்கினார்கள். வீரன் கையிலிருந்த உருவிய வாள் தடுமாறிற்று. இந்தத் தடுமாற்றத்தை எதிர்பார்த்திருந்த மயன் எட்டிப்பிடித்து வெகு சுலபமாக அவன் கையிலிருந்த நீண்ட

வாளைப் பிடுங்கிக் கொண்டான். அடுத்த வினாடி வாளை இழந்தவனும் அவன் குதிரையும் மண்ணில் விழுந்து புரண்டன: குதிரையும் எழுந்திருக்கவில்லை ; மனிதனும் எழுந்திருக்கவில்லை.

இரண்டாவது வீரன் தன் குதிரையின் வேகத்தைச் சரியான சமயத்தில் நிறுத்தமாட்டாமல் பத்தடி முன் சென்றுவிட்டான். அவன் தன் குதிரையைச் சமாளித்துத் திருப்பிக்கொண்டு வரும்போது மயன், கையில் நீண்ட வாளுடன் அவனை எதிர்க்கத் தயாராகவே இருந்தான். அவன் எவ்விதத்திலும் மயனுக்கு ஈடுசொல்லக்கூடியவன் அல்ல.

அவனுடைய திராணியைக் கண்ட மயன் வீணாக உயிர்க்கொலை செய்வானேன் என்றுதான் போலும், வாளைத் திருப்பிக் கொண்டு மட்டைப் பக்கத்தால் அவன் மண்டையில் ஓங்கி அடித்தான். குதிரை மேலிருந்தபடியே மூச்சை யிழந்து அவன் தரையில் சாய்ந்தான்.

தங்கள் நண்பர்களுக்கு நேர்ந்த கதியைக் கண்டு மற்ற இரண்டு குதிரை வீரர்களும் நடுங்கிப் போனார்கள். இரண்டுபேருக்கு ஏககாலத்தில் ஒருவன் பதில் சொல்லுகிறானே என்று ஆச்சரியப்பட்டார்கள். ஆனால் அது அடுத்த வினாடி ஆக்ரோஷமாகவும் ஆத்திரமாகவும் மாறிற்று. தங்கள் காவலிலிருந்த யுவதிகளையும் மறந்து விட்டு, உருவிய கத்திகளுடன் குதிரைகளைத் திருப்பித் தட்டி விட்டுக் கொண்டு வந்தார்கள்.

முதல் தடவையாக மயனின் குரல் அங்கே ஒலித்தது. தன்னை எதிர்த்து வந்த இருவரையும் நோக்கிச் சொன்னான்: "நண்பர்களே ! வேண்டாம். ஏன் வீணாக உங்கள் ரத்தத்தைச் சிந்த விரும்புகிறீர்கள்? என் கை வாளுக்கு யாருமே தப்புவது அரிது. உங்கள் துஷ்டத்தனத்தை மன்னித்து விடுகிறேன். ஓடிவிடுங்கள்" என்றான்.

துஷ்டர் கோஷ்டியின் தலைவன் அவன் வார்த்தைகளை லக்ஷியமே செய்யவில்லை. ஏளனமான புன்னகையுடன்

வாளை உருவிப் பயங்கரமாகச் சுழற்றிக்கொண்டு குதிரையை விரட்டிக் கொண்டு வந்தான். அவனுடைய தோழன் சற்றுப் பின் தங்கியே தயங்கித் தயங்கி வந்தான்.

முதலில் வந்தவன் ஒரே அடியில் எதிரியை வெட்டி வீழ்த்திவிட வேண்டுமென்ற உத்தேசத்துடன் அவன் மண்டையைப் பிளக்கத் தயாராக வாளை உயர ஓங்கிக் கொண்டு வந்தான். ஓங்கிய அவனுடைய கை கீழே இறங்குமுன் அவனை நோக்கிப் பாய்ந்து மயன் அவனுடைய குதிரையின் தலையைச் சீவினான். குதிரை விழுந்தது. அத்துடன் ஓங்கிய வாளும் கையுமாக மயனுக்கோ அவனுடைய குதிரைக்கோ எவ்வித ஹானியும் விளைவிக்காமலே துஷ்டர் தலைவன் மண்ணைக் கவ்வினான். அவன் எழுந்திருக்கு முன் மயனும் தரையில் குதித்தான். தன்னுடைய எதிரியைத் தூக்கி நிறுத்தினான். வீணாக உயிரைக் கொடுக்காதே! சொல்லுகிறேன் கேள்; வாளை எறிந்துவிட்டு ஓடிவிடு'' என்றான்.

துஷ்டர் தலைவன் சிறிதுநேரம் தயங்கினான். ஒரு தரம் மயனை விரைக்கப் பார்த்தான். அவன் கீழே வீழ்த்திய தன்னுடைய சகாக்கள் இருவரையும் பார்த்தான். பின் தங்கிவிட்ட தன்னுடைய நாலாவது ஆசாமியையும் திரும்பிப் பார்த்தான். எல்லாவற்றையும் கவனித்துக் கொண்டு குதிரைகளின் மேலேயே வீற்றிருந்த குமாரிகள் இருவரையும் பார்த்தான். அப்புறம் மறுபடியும் மயனை ஒருதரம் பார்த்தான். தன் வாளை உறையில் செருகினான். "நாம் மறுபடியும் சந்திப்போம்" என்று மயனைக் கருவிச் சொன்னான். தன்னுடைய நாலாவது ஆள் பின்தொடரக் காட்டை நோக்கி நடந்தான்.

"மயன் கால் நடையாகவே குதிரைமேலிருந்த யுவதிகளை அணுகினான். இனி நீங்கள் நிர்ப்பயமாக உங்கள் வழியே செல்லலாம். யாரும் உங்களை ஹிம்சிக்கத் துணிய மாட்டார்கள் " என்றான்.

இரண்டு யுவதிகளும் மயனையே உற்று நோக்கிக் கொண்டு சிறிதுநேரம் மௌனமாகவே இருந்தார்கள்.

பிறகு அவனுடைய மனத்தைக் கவர்ந்த யுவதி "ஐயா! தாங்கள் யார் என்று தெரியவில்லை. தங்கள் உயிரையும் திருணமாக மதித்து, நால்வரை எதிர்த்து, எங்களைப் பேராபத்தினின்றும் காத்து மீட்டீர்கள். நாங்கள் என்றும் தங்களுக்குக் கடமைப்பட்டிருக்கிறோம். தங்களுடைய பெயரையும் இருப்பிடத்தையும் தெரிவித்தீர்களானால் தக்க சமயத்தில் தங்களுக்கு எங்களாலான கைம்மாறு செய்யத் தவறமாட்டோம்" என்று சொன்னாள்.

அவள் இன்னும் கொஞ்சம் பேசமாட்டாளா என் றிருந்தது மயனுக்கு. அவள் குரலில்தான் என்ன இனிமை இருந்தது! தன் மனத்தில் கொந்தளித்து எழுந்த உணர்ச்சிகளை எல்லாம் அடக்கிக்கொண்டு, குரலில் தொனிக்காத வண்ணம் சமாளித்தவனாக அவன் பதில் அளித்தான்: "ஏதோ உங்களுக்குச் சிரமம் நேர இருந்த காலத்தில் நான் அருகிலிருந்தேன்; என்னாலானதைச் செய்தேன். எந்த வீரனும் இதைச் செய்திருப்பான் என்றே நான் நம்புகிறேன். நான் அருகிலிருக்க நேர்ந்தது என் பாக்கியம் என்றே நான் கருதுகிறேன். கைம்மாறு எதுவும் கருதிச் செய்யப்பட்ட காரியம் அல்ல இது. தங்கள் பிதாவின் பெயர், இருப்பிடம் முதலியவற்றைத் தெரிவித்தீர்களானால், நான் நகர்வரையில் உங்களுடன் வந்து ஜாக்கிரதையாக உங்களை வீட்டில் சேர்ப்பிக்கிறேன். அதற்குத் தேவையில்லை" என்றாள் மற்றொருத்தி. “தவிரவும் பல காரணங்களால் நாங்கள் யார் என்பதை வெளியிட முடியாமல் இருக்கிறது. எங்களை மன்னிக்க வேண்டும். நாழியாகிறதே, சித்திராங்கி.

தன் மனத்தைக் கவர்ந்த வனிதையின் பெயர் சித்திராங்கி என்றறிந்து மயன் "எவ்வளவு அழகான பெயர்!" என்று தனக்குள் எண்ணிக்கொண்டான். சித்திராங்கியின் மதுரமான குரல் அவன் காதில் விழுந்தது: "ஆமாம், ஐயா. இச்சம்பவத்தை இத்துடன் தாங்கள் மறந்து விடவேண்டும்

என்று நானும் வேண்டிக் கொள்ளுகிறேன். பல காரணங்களால் இது அவசியமாக இருக்கிறது என்பதை நான் சொன்னால் நீங்கள் அதைத் தப்பாக எண்ணிக் கொள்ளமாட்டீர்கள் என்றே கருதுகிறேன். நாங்கள் என்றும் தாங்கள் செய்த உதவியை மறக்கமாட்டோம்" என்றாள் சித்திராங்கி.

"இந்தச் சம்பவத்தை மறந்துவிட நான் தயார்தான். ஆனால்..." என்று வாக்கியத்தை முடிக்காமல் குறையாக நிறுத்தினான் மயன்.

"ஆனால் என்ன?" என்று குறும்பாக, குறிப்பாகச் சித்திராங்கியைப் பார்த்துக் கொண்டே கேட்டாள் அவள் தோழி. இருவருடைய அர்த்தத்தையும் புரிந்து கொண்ட சித்திராங்கியின் முகம் நாணத்தால் சிவந்தது. சற்றே கண் புதைத்துத் தலைகுனிந்தாள். அப்புறம் தலையை நிமிர்த்தி மயனைப் பார்த்துச் சொன்னாள்: "என் ஞாபகார்த்தமாக இந்த முத்துமாலையை அங்கீகரிக்கவேண்டும் என்று நான் உங்களை வேண்டிக்கொள்ளுகிறேன்"

தன் கழுத்திலிருந்த முத்துச்சரம் ஒன்றை எடுத்து மயனிடம் கொடுத்தாள்.

இருவருடைய கண்களும் ஒரு வினாடி சந்தித்துப் பேசிக் கொண்டன. முகம் சிவக்க யுவதி தன்னுடைய கண்களைத் தாழ்த்திக் கொண்டாள்.

சித்திராங்கியின் தோழி அர்த்த புஷ்டியான அந்த மௌனத்தைக் கலைத்தாள். "நாம் சந்திப்பது இது முதல் தடவை அல்ல என்று எனக்குத் தோன்றுகிறது. தங்களை இதற்குமுன் எங்கேயோ பார்த்ததுபோல் இருக்கிறதே" என்றாள்.

"சிற்பக் கண்காட்சியில் நேற்று அந்த நர்த்தன சுந்தரர் விக்கிரகத்துக்கு முன்..." என்று முணுமுணுத்தாள் சித்திராங்கி.

"தனக்கிருந்ததுபோலவே அவளுக்கும் அந்தச் சந்திப்பு ஞாபகம் இருந்தது என்று கண்டு மயன் புளகாங்கித மடைந்தான். இரண்டு தடவையும் நமது சந்திப்பு தெய்வாதீனமாக ஏற்பட்டதுதான் என்று எனக்குப் படுகிறது. இந்த இரண்டு சந்தர்ப்பங்களையும் நான் என் ஆயுள் உள்ளவரையிலும் மறக்கமாட்டேன்" என்றான் மயன்.

சித்திராங்கி அதே விஷயத்தை வாய்விட்டுச் சொல்லவில்லை எனினும் அவள் விஷயத்திலும் அது உண்மை என்பதை அவளுடைய கண்கள் அறிவுறுத்தின.

சித்திராங்கியின் தோழி அவளை அவசரப்படுத்தினாள். "நாழியாய்விட்டதே சித்திராங்கி ! இன்னும் சற்று நேரத்தில் இருட்டிவிடுமே. இன்னும் வரக்காணோமே என்று உன் பிதா தேடினாலும் தேடுவாரே!" என்றாள்.

மயனும் சித்திராங்கியும் தங்களுடைய பகற் கனவு களிலிருந்து விடுபட்டு விழித்துக் கொண்டார்கள். மறுபடியும் ஒருதரம் அவர்களுடைய கண்கள் சந்தித்துப் பேசிக் கொண்டன. ஒருவரை ஒருவர் விழுங்கிவிட விரும்புகிறவர்கள் போலப் பார்த்துக் கொண்டார்கள். ஒருவருள்ளமும் ஆசையும் மற்றவருக்குத் தெள்ளெனத் தெரிந்து விட்டது. அதுவரையில் இல்லாத ஒரு நாணம் சித்திராங்கியைப் புதிதாக வந்து பாதித்தது. இவ்வளவு நேரம் நேரே மயனுடன் வார்த்தையாடிய அவள் தன் தோழியைப் பார்த்துச் சொன்னாள்: "ஸகி! அவருடைய ஊரையும் பெயரையும் இருப்பிடத்தையும் விசாரித்து அறிந்துகொள். பின்னால்..."

"இவ்வளவு தூரம் நடந்த பின் சொல்லாமலும் இருந்து விடுவாரா அவர்? தாமாகவே சொல்லுவார்" என்று சற்றுக் கேலியாகவே சொன்னாள் தோழி.

இந்தக் கேலியை லக்ஷியம் பண்ணாமலே சித்திராங்கியின் கேள்விக்கு மயன் பதில் அளித்தான்: "நான் தமிழனேயானாலும் இங்கே ஒரு அன்னியன்தான். இப் பரந்த

உலகில் எந்த ஊரும் என் ஊர்தான். என்னுடைய எனக்கே சொல்லத் நாளைய இருப்பிடம் எது என்று தெரியாது. புஷ்பகம் முதல் மிசிரம், யவனம் வரையில் எல்லா நாடுகளிலும் நான் சுற்றி அலைந்திருக்கிறேன். என் பெயரைப் பல ஊர்களில் பலவிதமாகச் சொல்லுவார்கள். இங்கே மயன் என்று சொல்லுகிறார்கள்."

இந்தப் பதில் இரண்டு யுவதிகளுக்கும் ஆச்சரியத்தை விளைவித்தது என்பதில் சந்தேகமேயில்லை. மயன்தான் நர்த்தன சுந்தரரின் சிற்பி என்பது புகார் நகரம் முழுவதுமே அறிந்திருந்த விஷயம். அந்த மயனா, கேவலம் ஒரு சிற்பியா, குதிரை வீரர்கள் நால்வருடன் ஒருவனாகத் தனித்து வாட் போர் செய்து வெற்றி பெறும் வீரம் வாய்ந்தவனாக இருந்தான்? நம்பும்படியாக இல்லையே.

அவர்களுடைய ஆச்சரியத்தை அவர்கள் வெளியிடு முன் இன்னொரு ஆசாமி திடீரென்று வந்து அந்தக் கோஷ்டியில் கலந்து கொண்டார். தங்களுடைய பேச்சிலேயே கவனமாக இருந்து விட்ட யுவதிகளும் மயனும் பதஞ்சலியினுடைய வருகையைக் கவனிக்காமலே இருந்து விட்டார்கள். மயனுடைய கடைசி வாக்கியம் அவருடைய காதிலும் விழுந்தது. சிற்ப சாலையில் மறுபடியும் ஒருதரம் போய் நர்த்தன சுந்தரரான நடனராஜ மூர்த்தியைத் தரிசித்துவிட்டு வந்திருந்த அவர் மயனருகே வந்து ஆச்சரியத்துடன் அவனைப் பார்த்துக்கொண்டு நின்றார். "நர்த்தன சுந்தரரின் சிற்பி நீ தானா? இரண்டு நாளாக நான் உன்னையே தேடி அலைந்து கொண்டிருக்கிறேன் " என்றார்.

வெகு விநயமாக அவரை வணங்கிக் கைகூப்பி நின் றான் மயன். அவர் யார் என்று அவனுக்குத் தெரியாது. எனினும் அவர் தோற்றத்தைக் கொண்டே அவரை மதிப்பிட முடிந்தது. யாரோ மகான், முனீசுவரர் என்று அவன் எண்ணினான்.

பதஞ்சலியினுடைய குரல் கேட்டவுடனே சித்திராங்கியும் அவளுடைய தோழியும் தங்களுடைய குதிரைகளைவிட்டு இறங்கி வந்து அவரை வணங்கினார்கள்.

"குழந்தாய்!" என்று சித்திராங்கியைக் கூப்பிட்டு ஆசீர்வதித்தார் பதஞ்சலி. "இதென்ன இந்த நேரத்தில் இந்தச் சாலையில் ஏதோ அமர்க்களம் நடந்திருக்கிறது போலிருக்கிறதே! என்ன குழந்தாய் இது? என்ன நடந்தது, சொல்?" என்றார்.

"ஸ்வாமி! தங்களைத் தரிசிக்க வேண்டும் என்று நாங்கள் தங்களுடைய ஆசிரமம் சென்றிருந்தோம். அங்கே தங்களைக் காணாமல் இருட்டும் முன் ஊர் திரும்பிவிடலாம்" என்று வந்து கொண்டிருந்தோம் என்று ஆரம்பித்து நடந்ததை எல்லாம் சித்திராங்கி விவரமாகச் சொன்னாள். வாட் போரை விவரிக்கும்போது அவள் பேச்சிலும் முகத்திலும் பீதியும் ஆச்சரியமும் மாறி மாறித் தொனித்தன.

மௌனமாக எல்லாவற்றையும் கேட்டுவிட்டு மயனை நோக்கினார் பதஞ்சலி. "சிற்பம் மட்டுமல்ல ; வாள் வித்தையும் உனக்கு நன்கு வரும்போல் இருக்கிறதே!" என்றார். சிறிது நேரம் மௌனமாக இருந்தார். பிறகு "இந்தக் குழந்தைகளைத் துன்புறுத்த முற்பட்ட அந்தத் துஷ்டர்கள் யார் என்று விசாரித்து அறிந்து கொண்டாயா?" என்று கேட்டார்.

"இல்லை" என்றான் மயன்.

"விசாரித்து அறிந்துகொண்டிருந்தால் நலமாயிருந் திருக்கும் " என்றார் பதஞ்சலி.

"ஒருவன் வீரசேனனின் அந்தரங்கமான ஆள் என்று எனக்குத் தெரியும்" என்றாள் சித்திராங்கி.

"அப்படித்தான் இருக்கும் என்று நானும் எண்ணி னேன்" என்றார் பதஞ்சலி. மயனைப் பார்த்துச் சொன்னார் : "தம்பி! நீ விரோதித்துக் கொண்டுள்ளவர்களின் விஷயம் உனக்குத்

தெரியாது. நீ சற்று ஜாக்கிரதையாகவே தான் இருக்க வேண்டும். இதை ஞாபகத்தில் வைத்துக்கொள்."

அவர் குரலில் தொனித்த பாவத்தைக் கண்டு சித்திராங்கி பயந்துபோனாள். பயத்தால் அவள் முகம் இருண்டது. சட்டென்று திரும்பி மயன் பக்கம் பார்த்தாள். அவன் கண் சிமிட்டாமல் தன்னையே பார்த்துக் கொண்டு நிற்பதைக் கண்டாள். தன் மனத்தில் தோன்றியதை அவன் ஊகித்து அறிந்துகொண்டு விட்டான் என்பதை அவன் முகபாவத்திலிருந்து அவள் அறிந்து கொண்டாள். சட்டென்று நாணத்தால் தலை குனிந்தாள்.

மயன் சாவதானமாகவே பதஞ்சலி முனிவருக்குப் பதில் அளித்தான். " ஸ்வாமி! எல்லாம் அறிந்திருந்தும் தாங்கள் எதுவும் அறியாதவர் போலப் பேசுகிறீர்களே! மனுஷ்யர்கள் ஜாக்கிரதையில் என்ன இருக்கிறது? ஈசுவர சங்கல்பப்படி எது நேர வேண்டுமென்று இருக்கிறதோ அது நேர்ந்தே தீரும். நான் எப்போதுமே ஜாக்கிரதையுள்ளவன்தான்; எப்போதுமே அஜாக்கிரதையானவன் தான். ஆனால் யார் அந்த வீரசேனன்? அவன் இந்த வனிதைகளைத் துன்புறுத்த முற்படுவானேன்? எல்லாவற்றையும் எனக்குச் சற்று விவரமாகக் கூறினீர்களானால் நன்றி யுள்ளவனாக இருப்பேன்."

பதஞ்சலி உடனே பதில் சொல்லவில்லை. திரும்பிச் சித்திராங்கியைப் பார்த்தார். பிறகு சொன்னார்: 'இருட்ட ஆரம்பித்துவிட்டது. முதலில் நீ இவ்விரு குழந் தைகளையும் ஜாக்கிரதையாக நகர் வரையில் கொண்டு போய்ச் சேர்த்துவிட்டு என் ஆசிரமத்துக்கு வா.'

"இரவு என் ஆசிரமத்தில் நீ தங்கலாம், உனக்கு வேறு எவ்வித ஜோலியும் இல்லாவிட்டால். இந்தச் சாலையுடன் மேற்கே போனால் ஆற்றங்கரையில் காடு ஆரம்பிக்குமிடத்தில் இருக்கிறது என் ஆசிரமம். வா."

"என் பாக்கியம், வருகிறேன்" என்று அவரை வணங்கி விடை பெற்றுக்கொண்டு, மயன் தன்னுடைய குதிரையைக் கொண்டு வந்து நிறுத்தி அதன் மேல் ஏறி அமர்ந்துகொண்டான்.

சித்திராங்கியும் அவளுடைய தோழியும் சிறிது நேரம் தாழ்ந்த குரலில் பதஞ்சலியுடன் இரண்டொரு வார்த்தைகள் பேசினார்கள். பிறகு அவரிடம் விடை பெற்றுக் கொண்டு குதிரையின் மேல் ஏறி உட்கார்ந்து கொண் டார்கள். பதஞ்சலி தம்முடைய ஆசிரமத்தை நோக்கி நடந்தார். மற்ற மூவரும் புகார் நகரை நோக்கிக் குதிரைகளைச் செலுத்தினார்கள். நடுவில் சித்திராங்கியும் வலது புறம் மயனும் இடது புறம் அவளுடைய தோழியுமாகச் சாலையை அடைத்துக்கொண்டு அவர்கள் சென்றார்கள்.

சாலையில் ஜனசஞ்சாரமே இல்லை. நிர்மலமான வானத்திலிருந்து நிலவு பால் போலப் பொழிந்து கொண்டிருந்தது. அலை வீசிச் சலசலத்துக் கொண்டிருந்த காவேரி நதிப் பரப்பு நிலவில் பார்க்க மிகவும் மனோகரமாக இருந்தது. வெகுநேரம் மூவரில் ஒருவரும் ஒரு வார்த்தையும் பேசவில்லை. ஐந்து வினாடிக்கொருமுறை மயனுடைய கண்களும் சித்திராங்கியினுடைய கண்களும் சந்தித்துக் கொண்டன. ஒருவர் பார்க்காமல் இருக்கும்போது மற்றவர் பார்ப்பது என்பது சிரமமான காரியமாக இருந்தது.

நகரத்துக் கோட்டை மதில் தென்பட்டதும் சித்திராங்கி சொன்னாள்: "பதஞ்சலி முனிவர் தம் ஆசிரமத்தில் தங்கள் வருகைக்காகக் காத்திருப்பார். இனி எங்களுக்கு எதுவும் நேராது. பயமில்லை. தாங்கள் திரும்பலாம்."

மயன் "பதஞ்சலி..." என்று ஏதோ சொல்ல வாயெடுத்தான்.

சித்திராங்கி "அவர் நமது நண்பர் என்றாள். நமது என்ற வார்த்தையில் விழுந்த அழுத்தம் மயனுக்குத் திருப்திகரமாக இருந்தது."

"நாம் மறுபடியும் சந்திப்பது எப்பொழுது?" என்று கேட்டான் மயன், துணிகரமாகவே.

சித்திராங்கி பதில் சொல்லும் முன் சற்றுத் தயங்கினாள்: "தாங்கள் சற்று முன் சொன்னதுபோல ஈசுவர சங்கல்பப்படியே எல்லாம் நடக்கும். நாம் கவலைப் படுவானேன் ?"

சொல்லிவிட்டு "வா, ஸகி! போவோம்" என்றாள். இருவரும் ராஜபாட்டையிலிருந்து விலகிக் கோட்டையை நோக்கிச் சென்ற ஒரு கொடி வழியைப் பின்பற்றிக் குதிரையை விட்டார்கள்.

நிலவொளியில் சித்திராங்கியின் உருவம் கோட் டைக்குள் சென்று மறையும் வரையில் அதையே பார்த்துக்கொண்டு நிலைத்து நின்றான் மயன். அவள் உருவம் மறைந்தவுடன் தன் குதிரையைத் திருப்பிக்கொண்டு கிளம்பினான். முதலில் வேகமாகவே ஓடிய அவன் குதிரை, தன் யஜமான் சிந்தனையில் ஆழ்ந்து உலகையே மறந்திருப்பதை உணர்ந்தது போலச் சற்று நேரத்துக்கெல்லாம் மெதுவாகத் தளர் நடையாகவே செல்ல ஆரம்பித்தது.

மயனுடைய அப்போதைய சிந்தனைகளின் வேகத்தையோ இன்பத்தையோ தரத்தையோ வார்த்தைகளால் அளந்து சொல்லமுடியாது என்ற காரணத்தினால் அதைச் சொல்லாமலே இருந்துவிடுவோம்.

பதஞ்சலி முனிவர் தம் ஆசிரமத்தில் மயனுடைய வருகையை எதிர்பார்த்துக்கொண்டு உட்கார்ந்திருந்தார். மயன் தன் குதிரையை ஒரு மரக்கிளையில் கட்டிவிட்டு ஆசிரமத்துக்குள்ளே போனான். பதஞ்சலி மாமுனியின் காலடியில் சாஷ்டாங்கமாக விழுந்து நமஸ்கரித்தான். அவனை வாரி எடுத்துப் பதஞ்சலி ஆலிங்கனம் செய்து கொண்டார்; உச்சி மோந்தார்.

"அப்பனே ! என்ன இது? நீ என்னை நமஸ்கரிப்பது சிறிதும் தகாது. நடன ராஜனின் சிருஷ்டி கர்த்தாவான உன்னை நானன்றோ வணங்க வேண்டும்! என்னப்பனின் உண்மைச் சொரூபத்தை அறியமாட்டாது தவித்துக் கொண்டிருந்த இக்கபோதிக்குக் கண் அளித்தவன் நீயன்றோ?" என்றார். அவர் கண்களில் நீர் துளித்தது.

மயன் என்ன பதில் சொல்லுவது என்று அறியமாட்டாமல் மௌனமாகவே இருந்தான். தவிரவும் அவன் உள்ளமும் வேறுவிதமான சிந்தனைகளால் நிறைந்திருந்தது. சற்று நேரம் பொறுத்துப் பதஞ்சலி சொன்னார். "நர்த்தன சுந்தரரின் திவ்யப் பிரதாபங்களைப் பற்றிப் பேச ஆரம்பித்துவிட்டால் எனக்கு ஊண் உறக்கத்துக்கு அவசியமே ஏற்படாது. என் அசட்டுத்தனத்தில் உனக்கும் அப்படித் தான் என்று நான் எண்ணிவிடுவேன். ஆகவே முதலில் உணவருந்தி விடுவோம். இங்கே தேவையான காய் கனி வகைகள் இருக்கின்றன. அதில் உனக்குப் பிடித்ததை அருந்து" என்று காய் கனிகளைக் கொண்டுவந்து வைத்து அவனை உபசரித்தார்.

ஒரு வழியாக உணவை எல்லாம் முடித்துக்கொண்ட பின் கிழவரும் வாலிபனும் ஆற்றங்கரையோரமாக இருந்த மேடைமீது போய் அமர்ந்து கொண்டார்கள். வெகுநேரம் இருவருக்கும் இடையே ஆழ்ந்த மௌனம் நிலவியது. பதஞ்சலி மாமுனி நர்த்தன சுந்தரரைப் பற்றிய திவ்வியமான சிந்தனைகளில் ஈடுபட் டிருந்தார். மயன் வேறு விதமான சிந்தனைகளில் ஈடுபட்டிருந்தான். இருவரு ஈடுபாடும் ஒரே தரமானதுதான், ஆழத்தையும் பக்தி சிரத்தையையும் பொறுத்தவரையில் நர்த்தன சுந்தர விக்கிரகம் பதஞ்சலியினுடைய மனத்தைக் கவர்ந்தது போலவே, சித்திராங்கி என்னும் விக்கிரகம் மயனின் மனத்தைக் கவர்ந்திருந்தது.

மயன் ஒரு பெருமூச்சுடன் ஆரம்பித்தான்: "இதுவரை என் வாழ்க்கை வரலாற்றை நான் யாரிடமும் சொன்னதில்லை. வெகு ரகஸ்யமாகவே காப்பாற்றி வந்திருக்கிறேன். இன்று

என்னவோ என் மனத்தைத் திறந்து எல்லாவற்றையும் தங்களிடம் சொல்லவேண்டுமென்று ஏதோ ஒரு சக்தி என்னைத் தூண்டுகிறது. அனுபவமற்ற ஒரு சிறுவனின் வார்த்தைகளில் தாங்கள் கவனம்செலுத்த முடியுமானால் கேளுங்கள். அதனால் தங்களுக்கு ஒரு லாபமும் இருக்காது என்று எனக்குத் தெரியும். ஆனால் என் மனத்தைவிட்டு ஒரு பெரிய பாரம் நீங்கியதுபோல் இருக்கும்."

"சொல் கேட்போம்" என்றார் பதஞ்சலி.

மறுபடியும் சிறிது நேரம் மயன் மௌனம் சாதித்தான்; மறுபடியும் பெருமூச்சு விட்டான். பிறகு சொன்னான். ஆரம்பத்திலிருந்தே சொல்லிவிடுகிறேன். இருபத்தாறு இருபத்தேழு வருஷங்களுக்கு முன் சோழ நாட்டின் தலைநகராகிய பூம்புகாருக்குப் புஷ்பகத் தீவின் இளவரசன் வந்து போனது தங்களுக்கு ஞாபகம் இருக்கலாம்.

"இருக்கிறது" என்றார் பதஞ்சலி.

"அவர் பூம்புகாரில் தங்கியது மூன்று மாதங்களே என்று எண்ணுகிறேன். ஆனால் அதற்குள் அவர் இங்கே ஒரு தமிழ்ப் பெண்ணின் காதலைப் பெற்று அவளை ரகசியமாக மணந்து கொண்டார். பூம்புகாரிலிருந்து அவ் வரசகுமாரன் வடநாட்டுக்கு விஜயம் செய்ததும் தங்களுக்கு ஞாபகம் இருக்கலாம். தம் ரகசியக் காதலியைப் புகாரிலேயே இருத்திவிட்டு, அவர் தம் தேசம் திரும்பும்போது அவளையும் உடன் அழைத்துச் செல்லுவதாக வாக்களித்துச் சென்றார். சென்றவர் சென்றவர் தான்; புகார்ப் பக்கம் அதற்கப்புறம் திரும்பவேயில்லை. அவர் விட்டுச் சென்ற காதலி அப்போது கர்ப்பிணியாய் இருந்தாள். நாளடைவில் ஒரு பிள்ளையையும் பெற்றெடுத்தாள். அந்தத் துரதிருஷ்டசாலியான பிள்ளை தான் நான்."

மறுபடியும் சிறிதுநேரம் ஆற்றங்கரை மேடையில் மௌனம் நிலவியது. மயன் தானாகவே தன் கதையை மேலே சொன்னான்: "தன் காதலர் திரும்பி வருவார், வருவார் என்று

என் தாய் வெகு நாள் காத்திருந்தாள். புஷ்பகத் தீவிலிருந்து செய்திகள் வந்து கொண்டிருந்தன. புஷ்பகத்து இளவரசர் புஷ்பகத்தின் அரசரேயாகி விட்ட செய்தியும் வந்தது. அப்போதாவது தன்னை ஞாபகப்படுத்திக் கொண்டு அழைத்துச் செல்வார் என்று தாய் எதிர்பார்த்தாள். அது நடக்கவில்லை. பிறகு புஷ்பகத்து அரசருக்குக் கலியாணம் நடக்க இருந்த செய்தியும் எட்டியது. புஷ்பகத்தில் கணவனுக்குச் சரியா சனத்தில் இருந்து பட்டமகிஷியாக ஆளவேண்டிய என் தாய்க்கு அதற்கு மேல் தாங்கவில்லை. காத்திருந்து உபயோகமில்லை என்றும் புஷ்பகத்தீவுக்குத் தன் மகனுடன் சென்று தன் உரிமைகளை ஸ்தாபித்துக் கொள்ள வேண்டிய காலம் வந்துவிட்டதென்றும் அவள் கருதினாள். எப்படியோ ஏற்பாடு செய்துகொண்டு கிளம்பினாள். அந்தக் கடல் பிரயாணம் எனக்கு நன்றாக ஞாபகம் இருக்கிறது. அதுதான் என் வாழ்க்கையிலே முதல் முதலாக என் மனத்தில் பதிந்துள்ள அனுபவம். அப்போது எனக்கு வயது ஐந்து தான் இருக்கும்.

ஏதோயோசனையில் ஆழ்ந்தவனாக மயன் சற்றுநேரம் பேசாமல் இருந்தான். பதஞ்சலி மேலே கதையைச் சொல்ல அவனைத் தூண்டினார். "புஷ்பகத்திலே?" என்றார்.

புஷ்பகத்தீவை நாங்கள் அடைந்தபோது தீவு முழுவதிலும் ஒரே குதூகலமாகவும் உத்ஸாகமாகவும் கேளிக்கையாகவும் இருந்தது. ஜனங்கள் தங்களுடைய மன்னனின் கலியாண மஹோத்ஸவத்தைக் கொண்டாடிக் கொண் டிருந்தார்கள். அரசனை அணுகுவதே சிரம சாத்தியமான காரியமாக இருந்தது. அந்த நாட்களில் என் தாயார் பட்ட கஷ்டங்களையும் துன்பங்களையும் என்னால் இப்போதுதான் ஒருவாறு ஊகித்தறிய முடிகிறது. நான் அப்போது சிறுவன்; எனக்கு அவ்வளவாக ஒன்றும் ஞாபகமில்லை. எப்படியோ ஒருநாள் என் தாயார் அரண்மனைக்குள் புகுந்துவிட்டாள். ஆனால் அவள் அதனால் அடைந்த பலன் ஒன்றுமில்லை என்று தான் சொல்லவேண்டும். புஷ்பகத்து அரசனுக்குத் தன்னை ஞாபகப்படுத்திக் கொள்ள என்னென்ன சொல்ல

வேண்டுமோ அத்தனையையும் சொல்லிப் பார்த்தாள் : ஒன்றும் பயன்படவில்லை. மந்திரிகளும் அரசனுமாகக் கூடிக்கொண்டு என் தாயையும் அவள் கூறியதையும் கேட்டு நகைத்தார்கள். தன் புதுப் பட்டமகிஷுக்கு என் தாயையும் அவள் பக்கத்தில் நின்றிருந்த என்னையும் சுட்டிக் காட்டி நகைத்தான் அந்த அதர்மக்காரன். அந்நகைப்பு இன்றும் என் காதில் எதிரொலித்துக்கொண் டிருக்கிறது.'

அந்த நகைப்பின் சப்தம் தன் காதுக்குள் புகாமல் தடுக்க விரும்புகிறவன் போல மயன் தன் கைகளால் காதைப் பொத்திக் கொண்டான். சிறிது நேரம் கழித்துக் கதையைத் தொடர்ந்து சொன்னான். "அதற்கப்புறம் என் தாயார் வெகுநாள் ஜீவித்திருக்கவில்லை. மனமுடைந்து அவள் இறந்துவிட்டாள். அனாதரவாக விடப் பட்ட என்னை எடுத்து யாரோ ஏழை எளியவர்கள் வளர்த்துக் கல்வி புகட்டினார்கள். என்னுடைய பன்னிரண்டாவது வயதுவரையில் புஷ்பகத்தீவிலேயே ஒரு சிற்பியின் வீட்டில் அவன் ஆதரவில் வசித்து வந்தேன். அவன் சிற்ப சாஸ்திரத்தில் மகா மேதாவி. அவன் இரண்டொரு வருஷங்கள் எனக்குச் சிற்ப சாஸ்திரம் பயிற்றுவித்தான். எனக்கு இப்போது தெரிந்ததெல்லாம் என் இளவயதில் அவனிடம் கற்றுக்கொண்டது தான். என் அதிர்ஷ்டம், என்னுடைய பன்னிரண்டாவது வயதில் அந்தச் சிற்பியும் இறந்துவிட்டான். பன்னிரண்டாவது வயது முதல் இன்று வரையில் நான் திரியாத தேசம் கிடையாது; செய்யாத தொழில் கிடையாது. குதிரை யேற்றம், வாள்வித்தை, வான சாஸ்திரம், சிற்பம், சங்கீதம் எல்லாவற்றிலும் எனக்குப் பரிசயம் உண்டு. ஆனால் எதிலும் என் மனம் நிலைத்து நிற்கவில்லை. என்னைப் போல என் மனமும் இவ்வளவு நாள் நாடோடியாகவே இருந்துவிட்டது. என்றுதான் துறைமுகம் சேர்ந்து நங்கூரம் பாய்ச்சி நிலைத்து நிற்குமோ; ஈசுவரனுக்குத்தான் தெரியும்."

மறுபடியும் பெருமூச்செறிந்தான் மயன். ஆறுதலாகப் பதஞ்சலி ஏதாவது வார்த்தை சொல்லுவார் என்று அவன் எண்ணியிருந்தானானால் ஏமாற்றமடைந்தான் என்றே

சொல்ல வேண்டும். பதஞ்சலி ஒன்றுமே சொல்லாமல் வானத்தில் மின்னிய மீன்களையும் காவேரி நதியில் தெரிந்த அவற்றின் நிழல்களையும் பார்த்துக் கொண்டு உட்கார்ந்திருந்தார்.

"யவனத்தில் கால் நடையாக, அகப்பட்டவேலையைச் செய்துகொண்டு ஈசன் அளித்ததை அனுபவித்துக் கொண்டு இருபத்திரண்டு மாதங்கள் திரிந்திருக்கிறேன். திராக்ஷை பறித்து மதுவாக்கும் ஆலைகள் முதல், பிராக்ஸிடிலிஸ் போன்ற கலைஞர்களின் சித்திர கூடங்கள் வரையில் எல்லா இடங்களிலும் நான் வேலை செய்திருக்கிறேன். மிசிரத்திலும் ஏழெட்டு மாதங்கள் இருந்திருக் கிறேன். மிசிர தேசத்தில் அடிமையாகி, அவர்கள் எழுப்பும் பிரும்மாண்டமான மண்டபங்கள் கட்டுவதற்காக மண் வெட்டிக் கொட்டியிருக்கிறேன். அந்த அடிமை நாட்களில் என் முதுகில் விழுந்த கசையடிகள் கணக்கில் அகப்படா; அவற்றின் தழும்புகளை இன்னமும் என் முதுகில் காணலாம். பாரத புண்ணிய பூமியில் கைலாசம் முதல் குமரிவரையில் திரிந்து பார்த்திருக்கிறேன்......

பதஞ்சலி குறுக்கிட்டார்: "புகாரில் தங்குவது இது தான் முதல் தடவையோ?"

"இல்லை. இதற்குமுன் மூன்று தடவைகள் வந்து போயிருக்கிறேன். என் தாயார் இறக்கும் போது அவ ளுடைய தம்பி ஒருவர் புகாரில் இருப்பதாகவும் அவரை நான் எப்படியேனும் சந்திக்க வேண்டும் என்றும் உத்தரவிட்டிருந்தாள். அவள் கட்டளையை நிறைவேற்று வதற்காக நான் பூம்புகாருக்கு மூன்றுதரம் வந்தேன். எனக்குத் தெரிந்த தகவல்களை வைத்துக்கொண்டு என் மாமனைக் கண்டுபிடிப்பது சாத்தியமான காரியமாகத் தோன்றவில்லை. எனினும் கண்டுபிடித்து விடுவேன் என்ற ஒரு நம்பிக்கை இருக்கிறது. விசாரித்துக்கொண்டு தான் இருக்கிறேன் " என்றான் மயன்.

முற்றும் துறந்த முனிவர் பெருமூச்சு விட்டார். "அதெல்லாம் சரி, நர்த்தன சுந்தரர் உருவம் பெற்றதைச் சொல்லாமல் விட்டுவிட்டாயே!" என்றார்.

"அதுவா?" என்று சற்றுத் தயங்கினான் மயன். தங்கள் அறிவுக்கும் ஆற்றலுக்கும் முன் என்னுடைய அறிவும் ஆற்றலும் எம்மாத்திரம்? நான் சமைத்தெடுத்த ஒரு சிற்பத்தை வெகுவாகப் புகழ்கிறீர்கள். ஆனால் என் அறிவையும் ஆற்றலையும் மீறிய சக்தி ஒன்று அதுதானே எனக்கு இப்போது முக்கியம் - அதைச் சமைக்க என்னைத் தூண்டியது. என் ஆயுள் நாள் முழுவதும் அந்த ஒரே கற்பனையை என் மனத்தில் போற்றி வளர்த்துக் கடைசியில் தங்கத்தில் வார்த்தும் எடுத்து விட்டேன். அது அசட்டுக் கற்பனை அல்ல என்று யார் சொல்ல முடியும்?"

அசுர சிற்பியின் பெயரைப் படைத்த நீ தெய்விக மானதோர் சிற்பத்தைப் படைத்துவிட்டாய்.

அது அசட்டுக் கற்பனை என்று யார்தான் சொல்லமுடியும்? தெய்வத்துக்கு வடிவு காணாமல் தவித்துக் கொண்டிருந்த மானிட உலகம் உன்னால் உய்யும். தெய்வத்துக்கு ஓர் உருவத்தை நீ அளித்துவிட்டாய் அந்த உருவம் அழியாதது; உலகம் உள்ள அளவும் போற்றத்தக்கது. இதைப் பதஞ்சலியாகிய நான் சொல்லுகிறேன் என்றார் பதஞ்சலி. அவருடைய உத்ஸாக வேகத்தில் அவரால் உட்கார்ந்து கொண்டே பேச முடியவில்லை; எழுந்து மேடைமேல் உலாவிக் கொண்டே பேசினார்.

அவருடைய வேகத்தைக் கண்டு திடுக்கிட்டான் மயன்.

பதஞ்சலி மேலும் சொன்னார்: "தெய்வத்துக்கு ஓர் உருவம் தராவிட்டால் மனிதனால் அதை அறியமுடியாது; அனுபவிக்க முடியாது ; வாழ்க்கையுடன் ஒட்டி அமைக்க நான் பல வருஷங்களாகவே இந்தச் சிந்தனையில் ஈடுபட்டு ஈசுவரனுக்கு ஓர் உருவத்தைச் சமைக்க முயன்றுகொண்டு வந்திருக்கிறேன். முயற்சிகள் வெற்றிபெறவில்லை.

ஈசுவரனிடமிருந்து இவ்வளவு நாள் விலகிநின்ற கலை உன்னால் இன்று முதல் அவனிடம் ஒட்டிவிட்டது. நான் சொல்லுவதைப் புரிந்து கொள்ளக் கூடியவர்கள் இன்றே தோன்றலாம்; ஆயிரம் வருஷங்கள் கழித்துத் தோன்றினாலும் தோன்றலாம்; பிரளய காலம் வரை உலகில் தோன்றாமலே இருந்தாலும் உண்மை இருந்துவிடலாம். அது எப்படியானாலும் சரி. என்பது என்றும் உண்மைதானே !"

"தாங்கள் சொல்லுவதில் பாதி எனக்கே புதிராக இருக்கிறது" என்றான் மயன். "நான் நினைத்ததையும் செய்ததையும் சொல்லி விடுகிறேன். என் தாயும் நானும் என்னுடைய ஐந்தாவது வயதிலே கப்பலேறிப் புஷ்பகத் தீவு சென்றோம் என்று சொன்னேனல்லவா? அந்தக் கப்பல் பிரயாணத்தின்போது ஓர் இரவு தனியாகக் கப்பலின் மேல்தளத்தில் நான் நின்று கொண்டிருந்தேன். வானத்திலே சுடர்கள் மின்னிக் கொண்டிருந்தன. ஒரு நட்சத் திரக் கூட்டம் வெகுவாக என் மனத்தைக் கவர்ந்தது. அதன் பெயர் திருவாதிரை என்று என் தாயை விசாரித்து அறிந்து கொண்டேன். ஒரு மனிதன் நின்று தாண்டவமாடுவதுபோல் இருந்தது அந்த நட்சத்திரக்கூட்டம். கப்பல் அலைகள் மேல் ஆடி அசைந்து சென்று கொண்டிருந்ததால் இந்தக் கற்பனைக்குச் சற்று அதிகமாகவே உண்மையும் சேர்ந்து கொண்டது. அன்றுமுதல் கனவிலும் நனவிலும் வானத்து நடனராஜனை நான் காண ஆரம்பித்தேன். ஒரு நாள் என் நினைப்பில் அந்த நடனராஜன் விசுவரூபம் எடுப்பான் ; உலகெலாம் தாங்காத அளவு பெருகி ஆடுவான். அவன் கை அசைவில் வானங்கள் அசையும் ; கால்களின் நட்சத்திரங்கள் உதிரும். அவனுடைய அசைவில் பாதாளமும் மற்ற கீழ் லோகங்களும் கிடு கிடென ஆடும். ஒவ்வொரு நாள் அந்த நடனராஜன் பரமாணுவிலும் சிறிய அணுவாகக் காட்சி அளிப்பான். என் வாழ்க்கைச் சலனத்தின் சின்னத்தை நான் அந்த ஆட்டத்திலே கண்டேன். புஷ்பகத் தீவில் சிற்பியிடம் இருந்த இரண்டு வருஷங்களில் நான் கற்றுக்கொண்ட விஷயங்கள் எனக்கு மிகவும் உதவியாக இருந்தன. அந்த

நடனத்தை உருவாக்குவதற்கு வேண்டிய அம்சங்களை எல்லாம் தேடித்தான் நான் ஊர் ஊராக உலகெங்கும் அலைந்தேன். மலையிலும் காட்டிலும் நாட்டிலும் நகரிலும் மாந்தர்களின் வீட்டிலும் மிருகங்களின் வாசஸ்தலங்களிலும் இதற்கு வேண்டிய அம்சங்களைத் தேடி நான் அலைந்திருக்கிறேன். என் அலைச்சல் முடிய வேண்டிய காலம் வந்துவிட்டது; அதனால்தான் இந்த நர்த்தன சுந்தர நடனராஜனும் உருவகமாகிவிட்டான் என்று எனக்கு இப்போது தோன்றுகிறது."

பதஞ்சலி சொன்னார்: "அனாதிகாலமாக உள்ள சிருஷ்டி தத்துவத்தையே நீ இந்தச் சிற்பத்தில் சிருஷ்டித்து விட்டாய்."

"ஈசுவர சங்கல்பம், என்னால் இது சிருஷ்டிக்கப்பட வேண்டுமெனறிருந்தது போலும்; சிருஷ்டிக்கப்பட்டு விட்டது. இந்தச் சிற்பம் உருவகமாகி வந்தவுடனே என் இதயத்திலிருந்து ஒரு பெரிய பாரம் இறங்கி விட்டதுபோல் இருந்தது. இனி நான் சுயேச்சையாக எவ்விதத் தடையும் இன்றிச் சாதாரண மனிதனைப் போன்ற வாழ்க்கை நடத்தலாம் என்ற எண்ணம் எனக்கு உதித்தது" என்றான் மயன்.

கையைப் பின்கட்டாகக் கட்டிக்கொண்டு குறுக்கும் நெடுக்குமாக நடந்து கொண்டிருந்த பதஞ்சலி, மயனை அணுகி நிலா வெளிச்சத்தில் அவனை உற்றுப்பார்த்தார். "புதிர்கள் போட ஆரம்பித்து விட்டாயே நீ !" என்றார்.

"புதிர் ஒன்றுமில்லை" என்றான் மயன். "இந்தக் கற்பனை உருவகமாகாமல் என் உள்ளத்தில் இருந்த வரையிலும் எனக்கு அடங்காத ஏதோ ஒன்று என்னை உந்திக் தள்ளிக் கொண்டு போவது போன்ற உணர்ச்சி இருந்தது எனக்கு. அதை மீறி எதையும் நான் செய்ய அசக்தனாயிருந்தேன். இரவு பகலாக எனக்கு இதைத்தவிர வேறு ஞாபகம் கிடையாது. இப்பொழுது அதை என் உள்ளத்திலிருந்து பிரித்து எடுத்து அப்புறப்படுத்தி வைத்தாய் விட்டது. என்னைக் கட்டிப்

பிடிக்க இனி அதற்குச் சக்தியில்லை. நான் சுதந்தர மனிதனாகி விட்டேன். எல்லோரையும் போலச் சாதாரண மனிதன் ஆகிவிட்டேன். இனி மற்றவர்களைப் போல நானும் சாதாரண வாழ்க்கையில் ஈடுபடலாம். அதற்கான சாதனத்தையும் இன்று மாலை நான் கண்டு விட்டேன்."

சற்றுக் கடினமான குரலிலேயே கேட்டார் பதஞ்சலி: "எதையப்பா சொல்லுகிறாய் நீ? உன் வார்த்தைகள் எனக்குப் புரிய வில்லையே."

மயன் பதில் அளிக்கவில்லை.

பதஞ்சலி மேலும் சொன்னார்: "நீ சித்திராங்கியைப் பற்றிக் கனவு கண்டுகொண்டிருக்கிறாய் என்று தோன்றுகிறது. அதை இந்த வினாடி முதல் மறந்து விடு. அம்மாதிரி எதுவும் நடப்பது சாத்தியமல்லாத காரியம். அவள் யார் என்றுகூட நீ அறிய முடியாது."

பிறகு ஒரு தரம் அவர் மேடையில் குறுக்கே நடந்தார். ஆற்றின் எதிர்க் கோடி ஓரத்தைப் பார்த்தவண்ணம் நின்று கொண்டு சொன்னார்: "வாள் வித்தையும், யௌவனமும் சிற்ப சாஸ்திரமும் போதாது அவளை அடைய. உனக்கு அவள் எவ்விதத்திலும் எட்டாதவள். மறந்து விடு அவளை."

இதை ஞாபகம் வைத்துக்கொள்.

"அவள் உள்ளமும் என்னை நாடுகிறது என்று நான் அறிந்து கொண்டேன்" என்றான் மயன்.

அப்படியானால் ஈசுவரன் தான் உங்களிருவரையும் காப்பாற்ற வேண்டும் என்று எனக்குத் தோன்றுகிறது. ஈசனே! உன் குழந்தைகளை அதிகமாகச் சோதிக்காதே என்று மேலை வாயிலில் விழுந்து மறைந்து கொண்டிருந்த சந்திரனை நோக்கிக் கை கூப்பினார் பதஞ்சலி.

“போவோம் வா. நேரமாகிறது. உறங்கலாம். ஆனால் இன்னொரு விஷயமும் இம்மேடையை விட்டு இறங்குமுன் சொல்லி விடுகிறேன். நீ தேடியதாகச் சொன்னாயே அந்த மாமன் நான்தான்- அதாவது என்னுடைய பூர்வாசிரமத்தில்... வா போகலாம். பாக்கி விஷயங்களைக் காலையில் பேசிக் கொள்ளலாம்” என்று சொல்லிக் கொண்டே மயனுக்குப் பேச அவகாசம் கொடுக்காமலே போய் விட்டார்.

3

கலை விழாவின் கடைசிநாள் அன்று மாலை. சிற்பக் காட்சியின் பரிசை அளிப்பதற்காக அரசசபை கூடியிருந்தது. பூம்புகார் நகரின் மாந்தர் அனைவரும் அங்கே வந்து குழுமியிருந்தார்கள். பரிசு யாருக்கு என்பதைக் காலையிலேயே அரசன் நகரெங்கும் பறைசாற்றுவித்து விட்டான். நர்த்தன சுந்தரரின் சிருஷ்டிகர்த்தாவான மயனுக்குத்தான் பரிசு என்று ஏகமனதாக சகோதரச் சிற்பிகளும் பதஞ்சலி போன்ற அறிஞர்களும் தீர்ப்பளித்து விட்டார்கள். ஆஸ்தான சிற்பிகள் பலருக்கு யாரோ முன்பின் பெயர் தெரியாத ஒருவன் அப்படிப் பரிசை அடித்துக் கொண்டு போவதுபற்றி ஆத்திரம் மூண்டு மூண்டு வந்தது. ஆனால் அவர்கள் செய்யக்கூடியது ஒன்றுமில்லை.

மயனைக் கௌரவிப்பதற்காகவே சபை கூடியிருந்தது என்று சொல்லலாம். மயனுக்கு அடுத்தபடியாக வஸுதேவனுக்கும் பிராக்ஸிடிலிஸுக்கும் இரண்டு பரிசுகள் அளிப்பதாக மன்னர் தீர்மானித்திருந்தார். சபையில் அவர்களும் வீற்றிருந்தார்கள். நர்த்தன சுந்தரரைக் காட்சிச் சாலையில் போய்ப் போய்ப் பார்த்து உள்ளம் பறிகொடுத்திருந்த மாந்தர்கள் எல்லோரும் அதனுடைய சிருஷ்டி கர்த்தாவைக் காண ஆவலுள்ளவர்களாக வந்திருந்ததில் ஆச்சரியம் ஒன்றுமில்லை.

தன்னுடைய கௌரவ ஆசனத்தில் மயன் தான் எவ்வளவு கம்பீரமாக வீற்றிருந்தான்! பிராக்ஸிடிலிஸ், வஸுதேவன் இவர்கள் அருகில் அவனை வைத்துப் பார்க்கும் போது

அவன், அனுபவம் முதிராத இளம் பிள்ளையாகவே காட்சி அளித்தான். ஆனால் அவனுடைய சிருஷ்டியோ வெனில்-அதைப் போற்றுவதற்குக் கவிகள்தான் பிறந்தாக வேண்டும். முதல்தரமான கவிகளின் வார்த்தைகளே அந்தச் சிற்பத்தின் சிறப்பையும் மேன்மைகளையும் வெளியிட முடியும்.

கம்பீரமாக ஆசனத்தில் அமர்ந்து தனக்குச் செய்யப்பட்ட மரியாதைகளை எல்லாம் ஏற்றுக்கொண்டான் மயன். ஆனால் அவனுடைய ஞாபகம் வேறு எங்கேயோ இருந்தது. மன்னனே வந்து கலைஞனுக்கு மாலை அணிவித்துப் பரிசான பொன் முடிப்பையும் கையில் தந்து, உபசாரமாக இரண்டு வார்த்தைகள் சொன்னபோது கூட அவன் கவனம் முழுவதும் அங்கில்லை.

நகரத்துப் பெண்களுக்கென ஒதுக்கி விடப்பட்டிருந்த இடத்திலும் அவளைக் காணவில்லை. அவன் நான்கு நாட்களாகவே அவளை மறுபடியும் சந்தித்து ஒரு வார்த்தை கேட்டுவிட வேண்டும் என்று எண்ணியவனாக நகர் முழுவதும் சுற்றி அலைந்துவிட்டான். பதஞ்சலியோ முதல் நாள் இரவு தாம் கூறிய புத்திமதியையே திரும்பத் திரும்பக் கூறினார். அவள் பெரிய குலத்துதித்த பெண் என்று மட்டும் சொன்னாரே தவிர, மற்றப்படி வேறு எவ்விதமான விவரமும் தெரிவிக்க மறுத்துவிட்டார். அவளும் அவனைக் காணவே விரும்பியதாகவும் அவர்கள் சந்திக்கக்கூடாதென்று தாமே தடுத்துவிட்டதாகவும் பதஞ்சலி கூறினார். அவர்கள் சந்திப்பதால் கெடுதி நேருமே தவிர, நன்மை எதுவும் நேராது என்று தமக்குத் தோன்றுவதாகவும் சொன்னார் அவர்.

எது எப்படியானாலும் அவளின்றி வாழ்க்கை நடத்துவது முடியாத காரியம் என்று மயன் தீர்மானித்து விட்டான். நான்கு நாட்களாகப் பெரிய மனிதர் வீட்டுப் பெண்கள் உலாவும் இடங்களில் எல்லாம் அவன் பைத்தியக்காரன் போல, "சித்திராங்கி, சித்திராங்கி" என்று வாய் முணுமுணுக்கத் தேடித் திரிந்துவிட்டான். அவன்

கண்ணில் சித்திராங்கி படவேயில்லை. பிடிவாதமாக அவளை மறுபடியும் சந்தித்து, நேரில் மனம் விட்டுப் பேசி, அவளை மணப்பது என்று மயன் தீர்மானித்தான். அதை நிறைவேற்ற அவள் அவன் முன் எதிர்ப்பட்டால் தானே !

சபையில் பெரிய குலத்து ஸ்திரீகளுக்கென ஒதுக்கி விடப்பட்டிருந்த பிரதேசத்தில் அவள் உருவம் கண்ணில் படுகிறதா என்று மறுபடியும் ஒருதரம் தன் கண்களைக் கொண்டு துழாவினான். அவளையும் காணோம்; அவளுடைய ஸகியையும் காணோம். தன் மனத்தில் இருந்தது போன்ற ஆவல் அவளுடைய மனத்திலும் இருந்திருக்குமே யானால் அவள் வராமல் இருந்திருப்பாளா என்று மயன் யோசித்தான்.

திடீரென்று இன்னொரு யோசனை அவன் மனத்தில் தோன்றியது. வீரசேனன் என்னும் துஷ்டனைப்பற்றி அவன் இந்த மூன்று நான்கு நாட்களில் விசாரித்து அறிந்து கொண்டிருந்தான். அவன் சோழ மன்னனின் சகோதரியின் புத்திரனாம். தன்னுடைய குமாரத்தியை அவனுக்குத் தான் மணம் செய்விக்கவேண்டும் என்று அரசன் எண்ணியிருந்தாலும் அந்த எண்ணத்துக்கு விரோதமா யிருந்தவள் ராஜ குமாரி தான் என்று ஊரார் சொல்லிக் கொண்டார்கள். வீரசேனன் ஸ்திரீலோலன் ; அயோக்கியன் ; துஷ்டன்; தன் காரியங்களைச் சாதித்துக்கொள்ள எதையுமே துணிந்து செய்வான் என்று ஊரார் அவனைத் தூற்றினார்கள். இவ்வளவு கெட்ட பெயர் உள்ளவனை அந்த ராஜகுமாரி மணம் புரிய மறுத்தது நியாயந்தான் எ ன்று மயனுக்கும் தோன்றியது. வீரசேனனை மயன் நேருக்கு நேர் சந்தித்ததில்லை எனினும் அவனுடைய ஆட்களின் கைத்திறனைக் கண்டிருந்தான். அவனுக்கிருந்த கெட்ட பெயர் நியாயமானது என்றுதான் அவ னுக்கும் தோன்றிற்று.

சபையில் வீரசேனன் எங்கிருக்கிறான் என்று கண்டு கண்கள்

கொள்ள மயனுக்கு வெகுநேரம் பிடிக்கவில்லை. அரசனின் உயர்ந்த சகோதரியின் மகன் சற்று உயர்ந்த ஆசனத்திலேயே

சபையின் மேல் அமர்ந்திருந்தான். அவன், மாடிச் சாளரத் திரை மூலம் தெரிந்த எதையோ உற்றுப் பார்த்துக்கொண் டிருப்பதை மயன் கவனித்தான்.

மயனும் அந்தச் சாளரத் திரைப்பக்கம் தன் கண்ணை ஓட்டினான். மெல்லிய பட்டுத் திரைக்கப்பால் இரண்டு பெண்களின் உருவம் தெரிந்தது. ஒருத்தி திரையைச் சற்றே விலக்கிவிட்டுத் தன்னையே கண்களால் பருகிக் கொண்டிருக்கிறாள் என்பதை உணர்ந்தான். அவன் உடம்பில் புல்லரித்தது. அந்தக் கண்கள்! எத்தனையோ கோடி கண்களிலும் அவற்றைத் தனியாகக் கண்டு கொள்ளக் கூடிய உள்ளம் படைத்தவன் அன்றோ மயன்? சாளரத் திரைக்குப் பின்னால் இருந்தது சித்திராங்கிதான்; சந்தேகமில்லை. அரச குடும்பத்தவருக்கென்று ஏற்பட்ட இடத்தில் அவள் இருந்தாள்; மன்னர் குடும்பத்தைச் சேர்ந்தவளாக இருப்பாளோ அவள் என்று மயன் மனத்தில் சந்தேகம் உதித்தது. அரச குமாரியாகவே இருந்து விட்டால்? கேவலம் சிற்பிக்கு அரச குமாரி கிட்டுவாளா? பதஞ்சலி தன்னைத் தடுத்ததெல்லாம் இதனால்தான் இருக்குமோ? என்று மயன் யோசித்தான்.

இருக்கலாம். எனினும் தன் உடம்பிலும் அரசர்களின் ரத்தம் ஊறி ஓடுகிறது என்று தனக்குத் தானே சொல்லிக்கொண்டான் மயன். புஷ்பகத்தீவின் மன்னன் தன்னை அங்கீகரிக்க மறுத்துவிட்டான் என்றால் அதனால் என்ன வந்தது? உடம்பில் உள்ள ரத்தமும் முறிந்து போயிருக்குமா என்ன?

மறுபடியும் ஒருதரம் மேல்மாடிச் சாளரத் திரைப் பக்கம் அவன் தன் கண்களை ஓட்டினான். அவளை அடைவதற்கு வழி தேடியே யாகவேண்டும்; எது எப்படி யானாலும் சரி என்று அவன் தீர்மானித்தான்.

மன்னன் தன்னை நோக்கி ஏதோ சொல்லிக் கொண்டிருப்பதைக் கண்டு திடுக்கிட்டுத் தன் கனவுகளிலிருந்து விழித்துக் கொண்டான் மயன்.

"தங்களுடைய சிற்பத்துக்கு விலைகொடுத்து வாங்குவ தென்பது முடியாத காரியம் என்பது உண்மைதான். எனினும் பொன்னும் மணியும் தங்களுக்கு வேண்டியதைக் கொடுத்து அந்த நடன சுந்தரரை என்னுடைய சொத்தாக்கிக் கொள்ள நான் விரும்புகிறேன் என்றான் சோழ மன்னன்.

"எனக்குப் பொன்னும் மணியும் தேவையில்லை" என்றான் மயன்.

"நர்த்தன சுந்தரரைக் கண்டு கற்பனையில் சிருஷ்டித்துவிட்ட மகானுக்கு எதுவும் தேவையிராது என்று எனக்கும் தெரிகிறது. எனினும் எளியவனான நான் தாங்கள் கேட்டதை எல்லாம் கொடுப்பேன். இந்த விக்கிரகத்துக்கு ஈடாக வேண்டியதைக் கேளுங்கள் " என்றான் மன்னன்.

துணிகரமான ஓர் எண்ணம் மயன் மனத்தில் உதித்தது. திரும்பி ஒருதரம் சாளரத்திரைக்குப் பின்னால் நின்ற யுவதியைக் கண்ணெடுத்துப் பார்த்தான். அதே சமயம் யுவதியும் திரையைச் சற்று அதிகமாகவே விலக்கி, சபையில் வீற்றிருந்த சிற்பியை நோக்கிக்கொண்டிருந் தாள். மறுபடியும் ஒருதரம் இரண்டு காதலர்களுடை கண்களும் சந்தித்தன. தன்னுடைய துணிகரமான எண்ணத்தில் திடம் அடைந்தவனாக மயன் எழுந்து நின்றான்.

"அரசே! என்னுடைய நர்த்தன சுந்தரரை விற்க நான் துணியமாட்டேன். அது தகாத காரியம் என்றே எனக்குத் தோன்றும். ஆனால் ஒரே ஒரு பொருளுக்கு அதையும் நான் விற்கத் தயாராக இருப்பேன் என்றான். என்ன பொருள் அது? சொல், தருகிறேன் " என்றான் மன்னன்.

"என்ன பொருள் நான் வேண்டுவது என்று அறிந்து கொள்ளாமல் 'தருகிறேன்' என்று வாக்களித்து விடுவது சுலபம். ஆனால் அறிந்தபின்..." என்றான் மயன்.

மயனுடைய மனத்தில் ஊசலாடிக் கொண்டிருந்த பயங்கரமான எண்ணத்தை ஊகித்து அறிந்துவிட்டார் பதஞ்சலி. தம் ஆசனத்திலிருந்து எழுந்திருக்க முயலுபவர் போல ஒரு வினாடி இருந்தார். அவர் கை நரம்புகள் புடைத்துத் தெரிந்தன. ஆனால் விதி விட்டவழி விடட்டும் என்ற முடிவுக்கு வந்தவர் போல அடுத்த வினாடியே அவர் மறுபடியும் சாந்தமடைந்து விட்டார்.

சபையில் எல்லோரும் அறிய மறுபடியும் மன்னன் "தருகிறேன் ” என்று வாக்களித்தான்.

தங்கள் குமாரி சித்திராங்கியை எனக்கு மணம் செய்து தரவேண்டும் என்று மயன் கேட்டான். அதைக் கேட்டுவிட்டு அண்ணாந்து சாளரத்திரையைப் பார்த்தான். திரை காற்றில் ஆடியதோ; இல்லை, அதற்குப் பின்னிருந்த ஸ்திரீதான் அசைந்தாளோ, அந்த உருவம் ஒருதரம் நடுங்கி நிலைத்தது. சித்திராங்கியின் கண்கள் இன்னமும் தன்னையே கவ்விப் பருகிக்கொண்டிருந்தன என்பதை மயன் கண்டான்.

மயன் மறுபடியும் பூலோகத்துக்கு வந்து நினைவு தெளிந்து தன்னைச் சுற்றியிருந்தவர்களைப் பார்த்த போது அவன் திடுக்கிட்டு விட்டான். அரசசபை அலங்கோல சபையாக இருந்தது. வீரசேனன் தன் வாளை உருவிக்கொண்டு மயனை நோக்கிப் பாய்ந்து வந்தான். அவனைப் பதஞ்சலி தடுத்தார். மன்னனோ கோபத்தால் மீசை துடிக்கப் துடிக்கப் பல்லை நறநற வென்று கடித்துக் கொண்டு மயனை நோக்கி ஏதோ சொல்லிக் கொண்டிருந்தான். அவனுடைய முதல் வார்த்தைகள் மயன் காதில் விழவில்லை. விழுந்த வார்த்தைகள் இவ்வளவு தான். "ஊர், பெயர் தெரியாத அற்பப் பதர்களுக்குக் கௌரவம் அளிப்பது தவறு என்று சாஸ்திரம் இதனாலன்றோ விதித்திருக்கிறது? மந்திரி ! நமது வீரர்களை அனுப்பி இவனையும் இவனுடைய சிற்பத்தையும் நமது நகர் எல்லைக் கப்பால் கொண்டு போய்ச் சேர்த்துவிட்டு வரச் சொல்லு. இன்றே செல்லட்டும். இனி நம் நகரில் இவன் அடி வைத்தானானால் தன் உயிரை இழப்பான்; நிச்சயம்."

பதஞ்சலி குறுக்கிட்டு மன்னனைச் சாந்தப்படுத்தினார். "அவனை எல்லை கடத்தும் பொறுப்பை நான் ஏற்றுக் கொள்ளுகிறேன். நாளை மாலைக்குள் அவன் வெளியேறி விடுவான்" என்றார்.

பதஞ்சலியை உற்று நோக்கினான் மன்னன்.

" சரி " என்றான்.

சபை கலைந்தது.

“மயனுடன் சிற்பக்கலையும் சோழ நாட்டை விட்டு வெளியேறிவிடும் " என்று வஸுதேவன் உரக்கக் கூறியது அரசன் உள்பட எல்லோர் காதிலும் விழுந்தது. "எங்கள் நாட்டில் கலைஞர்களை அற்பப் பதர்கள் என்று சொல்லமாட்டார்கள்" என்றான் பிராக்ஸிடிலிஸ். அரசன் மகளைக் காதலிப்பது அப்படி என்ன, மனிதன் செய்யத்தகாத குற்றமா?" என்றான் பதுமன்.

சாளரத்திரைக்குப் பின்னால் உருவம் இல்லை என்று மயன் கண்டான். ஆனால் தான் கேட்ட வரத்தை அவள் மனப்பூர்வமாக ஆதரித்திருப்பாள் என்பது அவனுக்குத் தெரியும். சிந்தனையில் ஆழ்ந்தவனாய் மயன் பதஞ்சலியைப் பின் பற்றினான்.

அரச சபையை விட்டுக் கிளம்பிய மயனும் பதஞ்சலியும் மௌனமாகவே ஆற்றங்கரை யோரமாகச் சென்ற ராஜபாட்டையிலே ஆசிரமத்தை நோக்கி நடந்தார்கள். [

துறவியின் மனத்திலும் வாலிபனுடைய மனத்திலும் விவரிக்க வொண்ணாத சிந்தனைகள், உணர்ச்சிகள் கொந்தளித்து அலை மோதிக் கொண் டிருந்தன.

பதஞ்சலி ஆசிரமத்துக்கு இப்பால் இருந்த படித் துறையை அடைந்தவுடனே அந்த மௌனத்தைத் தாள மாட்டாமல் மயன் சொன்னான்: “துரதிருஷ்டசாலியாகிய நான் வந்து

சாந்தியும் ஆனந்தமும் நிறைந்திருந்த தங்களுடைய ஆசிரமத்தையும் அதன் சுற்றுப்புறத்தையும் சிலநாளிலேயே அசுசியாக்கி விட்டேன்; பாழாக்கி விட்டேன். அந்தப் பாவத்துக்கு இப்போது என்ன பரிகாரம் செய்வது என்றுதான் எனக்குத் தெரியவில்லை.''

இதற்கு நேரடியாகப் பதஞ்சலி எதுவும் பதில் சொல்லவில்லை. தம் மனத்திலிருந்ததைப் பற்றிச் சொன்னார். "நீ மட்டும் இன்னும் சற்றுப் பொறுமையுடன் இருந்திருப்பாயானால்......"

அவர் இப்படிச் சொல்லுவதைக் கேட்டுக்கொண்டிருக்கவே மயனுக்குப் பொறுமையில்லை. அவர் அவ் வாக்கியத்தை முடிக்குமுன் குறுக்கிட்டான் : " ஸ்வாமி! தாங்கள் துறவியேயானாலும் என்னிடம் வைத்துள்ள பாசத்தால் தெய்வ சித்தம் இது என்பதையும் மறந்து விட்டுப் பேசுகிறீர்கள்'" என்றான். ''என் மனத்தைக் கொள்ளை கொண்டவள் அரச குமாரியாகவே இருக்கலாமோ என்ற சந்தேகம் எனக்குத் தோன் றியவுடனேயே அசட்டு ஆசை என்னைத் தூண்டிற்று. என் அதிர்ஷ்டத்தைப் பரீக்ஷை செய்து பார்த்தேன். நேர்முகமாகவே அரசனை வரங்கேட்டுப் பார்த்து விட்டேன். இனி ஆசைப்படவும் வேண்டியதில்லை ; ஏமாறவும் வேண்டிய தில்லை அல்லவா?"

பதஞ்சலி சொன்னார்: "நடந்தது என்னமோ நடந்து விட்டது. அதைப்பற்றி இனியும் பன்னிப் பன்னிப் பேசிக் கொண்டிருப்பானேன்? பேசித்தான் பயன் என்ன?"

"நான் இப்படி வரங்கேட்டதைச் சித்திராங்கியும் ஆமோதித்திருப்பாள் என்றே நான் நம்புகிறேன்'' என்றான் மயன் திடமாக.

'இரண்டு அசட்டுச் சிறுசுகள் !' என்று சொல்லித் துக்கம் நிறைந்ததோர் புன்னகை புரிந்தார் பதஞ்சலி. "நடனராஜனே! நர்த்தன சுந்தரா! உன் குழந்தைகளை இனியும் சோதிக்காதே!'' என்று வானத்தை நோக்கிக் கைகூப்பிச் சொன்னார்.

சற்று நேரம் மறுபடியும் அவர்களிடையே மௌனம் நிலவியது. இந்தத்தடவை மௌனத்தைக் கலைத்தவர் பதஞ்சலிதான். "போனதெல்லாம் போகட்டும். இனிச் செய்ய வேண்டியதைக் கவனிப்போம். நாளை மாலை வரையில் தான் நீ புகார் நகரிலோ அதன் சுற்றுப்புறங்களிலோ தங்கலாம். அதற்குப் பின் தங்கினால் மறுபடியும் அரசன் கோபத்துக்கு ஆளாவாய்."

"நான் யாருடைய கோபத்துக்கும் பயப்படவில்லை" என்றான் மயன். "என்னுடைய வாழ்க்கையில் கழிந்து விட்ட இருபத்தைந்து வருஷங்களையும் யாருக்கும் பயப்படாமலே கழித்துவிட்டேன். இனிமேலும் பயப்படமாட்டேன். ஆனால் நாளை வரையில் எனக்கு அவகாசம் எதற்கு? நான் இன்றிரவே கிளம்பிவிடுகிறேனே !"

"அதெப்படிச் சாத்தியமாகும்?" என்றான் மயன்.

"சாத்தியமாகாமல் என்ன?"

"தங்கள் ஆசிரமத்தில் என் குதிரை தயாராய் இருக்கிறது. இடையிலே என் வாள் இருக்கிறது. பூம்புகாருக்குள் பதினைந்து இருபது நாட்களுக்கு முன் வந்தது போலவே யார் கண்ணிலும் படாமல் திரும்பிவிடு கிறேனே!"

"இடையில் நடந்துவிட்டதை எல்லாம் உன்னால் மறந்துவிட முடியுமா?" என்றார் பதஞ்சலி.

மயன் சற்றுத் தயங்கினான்.

"என்ன ஸ்வாமி இது? தாங்களும் என்னைச் சோதிப்பது என்று தீர்மானித்து விட்டீர்களா?" என்றான்.

இரக்கமான அன்பு ததும்பும் கண்களுடன் மயனை ஒரு கணம் நோக்கினார் பதஞ்சலி. அப்புறம் சொன்னார் : "இவ்வளவு நாள் எனக்குக் கிடைக்காத ஒரு பொக்கிஷத்தை நான் இப்போது பெற்றுவிட்டேன்- உன் மூலம். உன்னுடன்

செல்லுகிறார் நர்த்தன சுந்தரர். அவருடன் உலகின் கோடிவரையில் நானும் செல்லத் தயார்."

மயன் திகைத்துப்போய் அவரைப் பார்த்தான். "ஸ்வாமி! நீங்கள் சொல்லுவது சரியல்ல. தவிரவும் நாடோடியான நான் இந்த நடன ராஜ விக்கிரகத்தை என்னுடன் தூக்கிக்கொண்டு அலைவதென்பது எப்படிச் சாத்தியமாகும்? அதைத் தங்களிடம் ஒப்பித்துவிட்டுப் போவதாகவே நான் தீர்மானித்துள்ளேன்" என்றான்.

"நான் உன்னுடன் புகாரை விட்டு வெளியேறிவிடுவதாகத் தீர்மானித்து விட்டேன். இன்று கலைஞனை நகரை விட்டு விரட்டும் மன்னன் நாளைக்குத் துறவிகளை விரட்ட மாட்டான் என்பது என்ன நிச்சயம்? நம்முடன் நர்த்தன சுந்தரர் விக்கிரகம் வரட்டும். வேறு ஓர் ஊரில் வேத சாஸ்திர ஆகமப்படி அந்த விக்கிரகத்தை வைத்துக் கோயில் கட்டி, ஆகவேண்டியதைச் செய்ய ஏற்பாடு செய்யலாம்" என்றார் பதஞ்சலி.

"அந்தப் பணியில் என்னையும் ஏற்றுக்கொள்ள வேண்டும் என்று நான் தாழ்மையுடன் வேண்டிக் கொள்ளுகிறேன்" என்று ஓர் இனிமையான பெண் குரல் அவர்கள் அருகில் கேட்டது.

மயனும் பதஞ்சலியும் திடுக்கிட்டுத் திரும்பினார்கள். புன்சிரிப்புடன் அவர்கள் அருகில் வந்து நின்றாள் ராஜ குமாரி சித்திராங்கி.

ஆச்சரியத்துடனும் ஆனந்தத்துடனும் மயன் "சித்தி ராங்கி ......!" என்றான்.

"பதஞ்சலியும் பிரமித்துப் போய்விட்டார்"

"இதென்ன குழந்தாய்?" என்று நாக்குழறக் கேட்டார்.

சித்திராங்கி புன்சிரிப்புடன் அமைதியாகப் பதில் அளித்தாள்: "நான் என் நாதனாக எண்ணி வரித்து விட்டவர் புகாரை விட்டு நீங்கிய பின் எனக்கு மட்டும் இங்கே என்ன வேலை? நானும் அவருடன் நீங்குவதாகத் தீர்மானித்துவிட்டேன்."

தீர்மானமும் எக்களிப்பும் தொனித்த அந்த வார்த்தைகளைக் கேட்டு மயன் புளகாங்கிதமடைந்தான். ஆனால் அந்த நெருக்கடியான சந்தர்ப்பத்தில் என்ன செய்வது என்று அவனுக்குத் தெரியவில்லை. தன்பொருட்டு அவள் செய்யும் தியாகம் மகத்தானது என்று அறிந்து அவன் ஆச்சரியப்பட்டான். அவளுடைய அன்பின் ஆழத்தைக் கண்டு அவன் ஆனந்தங்கொண்டான். திரும்பிப் பதஞ்சலி மாமுனியின் முகத்தை ஒருதரம் பார்த்தான். எப்போதும் ஆசாபாசங்கள் தீர்ந்து நிச்சலமாக இருக்கும் அவருடைய உள்ளத்திலே கிளம்பியிருந்த புதுமையான புயல் அவருடைய முகபாவத்தில் தெரிந்தது.

சித்திராங்கியைப் பார்த்து மயன் சொன்னான். "அரச குமாரி! உன் அந்தஸ்தும் மேன்மையும் தெரியாத போது நான் தைரியமாக உன்னைக் கண்ணெடுத்துப் பார்த்துச் சகஜமாக வார்த்தையாடி விட்டேன். கேவலம் நாடோடியான சிற்பி நான். உன்னை என் மனத்தாலும் சிந்திக்க லாயக்கற்றவன். துரதிருஷ்டசாலியான என்னை மறந்துவிட்டு, உன் பதவிக்கும் அந்தஸ்துக்கும் தக்கபடி நடந்துகொள்ளுவாய். அதுதான் உத்தமம்; இந்தப் புத்தி மதியைத்தான் உனக்கு உன் குருவான பதஞ்சலியும் சொல்லுவார்."

"நாதா!" என்று ஒரு புன்னகையுடன், உரிமையுள்ளவள் போல மயனை அழைத்துச் சொன்னாள் யுவதி. "நாதா! தாங்கள் இன்னும் பதஞ்சலி மாமுனிவரைச் சரியாக அறிந்துகொள்ளவில்லை என்று எண்ணுகிறேன். என் மனத்துக்கும், உள்ளத்துக்கும் விரோதமாக நான் நடக்க வேண்டும் என்று அவர் ஒரு நாளும் சொல்லமாட் டார். தவிரவும் அவருக்கு வெகு காலமாக என்னைத் தெரியும். நான் ஒரு காரியத்தைச் செய்வது என்று மனம் வைத்து

விட்டேனானால் என் தீர்மானத்தை அந்தப் பிரும்ம தேவனாலும் மாற்ற முடியாது என்று அவருக்குத் தெரியும்."

"அதை இவனும் கூடிய சீக்கிரமே அறிந்துகொண்டு விடுவான்" என்று மயனைச் சுட்டிக்காட்டிப் பதஞ்சலி சொன்னார். எல்லாம் நல்லபடியாக முடிந்துவிட்டது என்ற சந்தோஷம் அவர் குரலில் தொனித்தது. ஆனால் அந்தச் சந்தோஷத்துக்கு மாற்றாக அவர் மனத்தில் என்றுமில்லாத ஓர் ஏக்கமும் அதைரியமும் அடுத்த வினாடியே வந்து குடி புகுந்தன. "நாம் மூவரும் சேர்ந்திருப்பதை அரசராவது அவரது ஆட்களாவது கண்டுவிட்டார்களானால் அதற்கப்புறம் நாம் உயிருடன் தப்புவது சிரமமாகிவிடும்" என்றார் பதஞ்சலி.

"கிழவருக்கு இந்த வயசில், இப்போதுதான் உயிர் மேல் ஆசை வந்திருக்கிறது!" என்று சொல்லிக் களுக் கென்று நகைத்தாள் சித்திராங்கி.

"கேலி செய்துகொண்டு நிற்பதற்கேற்ற தருணமல்ல இது. நான் போய்ப் பிரயாணத்திற்கான ஏற்பாடுகளைச் செய்கிறேன்" என்றார் பதஞ்சலி. இன்று இரவு நிலவு இருபது, இருபத்திரண்டு நாழிகை வரையில் உண்டு. நிலவு மறையும் முன் கொள்ளிடத்தைத் தாண்டி விட்டால் தான் நல்லது."

சித்திராங்கியையும் மயனையும் தனியே ஆற்றங்கரை மேடையில் விட்டுவிட்டு அவர் ஆசிரமத்துக்குள் போனார். பிரயாணத்துக்கு ஆயத்தம் செய்ய அவருக்கு இரண்டு நாழிகை நேரத்துக்கதிகமாகவே பிடித்தது. அந்த இரண்டு நாழிகை நேரமும் காதலர்கள் இருவருக்கும் ஒரு வினாடி போலக் கழிந்தது.

பதஞ்சலி முனிவர் நான்கு குதிரைகளுக்கு ஏற்பாடு செய்திருந்தார். ராஜகுமாரியும் மயனும் அவரவர்களுடைய குதிரைகளின் மேல் அமர்ந்து கொண்டார்கள். மூன்றாவது குதிரையின்மேல் பதஞ்சலி முனிவரின் சிஷ்யன் ஒருவன் குதிரை சவாரி செய்யப் பழக்கப்பட்டவன்- நடனராஜ விக்கிரகத்துடன் ஏறி உட்கார்ந்து கொண்டான்.

ஜடாமகுடதாரியான பதஞ்சலி ஒரு தாவுத் தாவி நாலாவது குதிரையின் மேல் ஆரோகணித்தார். அவருடைய திறமையைக் கண்டு மயன் வியந்தான்.

அவன் வியப்புக்கு, "பூர்வாசிரமத்தில்..." என்று முணுமுணுத்துப் பதஞ்சலி பதில் சொன்னார்.

"தாத்தாவுக்கு வாலிபம் திரும்பிவிட்டது!" என்று கைகொட்டிச் சிரித்து அவரைக் கேலி செய்தாள் சித்தி ராங்கி.

நிலவு மறைய வெகு நேரம் இருக்கும்பொழுதே அவர்கள் கொள்ளிடத்தின் கரையை எவ்வித இடையூறுமின்றி அடைந்து விட்டார்கள். கொள்ளிடக் கரையில் வீரசேனனும் அவனுடைய ஆட்களும் அவர்களை மேலே செல்ல வொட்டாமல் தடுத்துவிட வேண்டுமென்று வந்து சூழ்ந்து கொண்டார்கள்.

நிலவு வெளிச்சத்திலே தன் இஷ்ட நாயகனுக்கும் பத்துப் பன்னிரண்டு துஷ்டர்களுக்குமாக நடந்த அந்த வாட்போரைச் சித்திராங்கி தன் ஆயுள் உள்ள அளவும் மறக்கவில்லை. அவள் கிழவியாகிப் பேரன் பேத்திமார் எடுத்த பிறகும் கூட அந்த வாட் போரை விவரித்துக் கதை சொல்லும்போது, அவள் உடலும் உள்ளமும் நடுங்கும். தடியூன்றித் தள்ளாடி நடக்க மாட்டாமல் நட மாடிக் கொண்டிருந்த தங்கள் தாத்தாவா அன்று ஒருவராகப் பத்துப் பன்னிரண்டு பெயர்களைச் சமாளித்தார் என்று நம்பமாட்டாமல் குழந்தைகள் வியந்தன. தெய்வந் தான் அன்று அந்த இளங் காதலர்களுக்குத் துணை புரிந்திருக்க வேண்டும். வாள் போரின் முடிவில் வீரசேனனும் அவனுடைய ஆட்களில் மூவரும் மடிந்து விழுந்துவிட்டார்கள். எஞ்சியவர்கள் சமாளிக்கமாட்டாமல் ஓடி விட்டார்கள்.

வீரசேனன் விழுந்ததைக் கண்ட பதஞ்சலி "சோழ நாட்டைப் பிடித்திருந்த பீடை இன்றுடன் ஒழிந்தது" என்றார்.

அவர்கள் மேலே செல்வதைத் தடுக்க வேறு யாரும் முன் வரவில்லை. கொள்ளிடத்தின் அக்கரை சேர்ந்தவுடன் புகார் நகரம் இருந்த திக்கை நோக்கிப் பதஞ்சலி சபித்தார். "கலையையும் அறிவையும் ஒருங்கே விரட்டி அடித்து வெளியேற்றிய அந்தப் பூம்புகார் கூடிய சீக்கிரமே இருந்த சுவடு தெரியாது அழியட்டும் !"

"ஸ்வாமி!" என்று கைகூப்பினாள் சித்திராங்கி. "என் பிறப்பிடம் அதுதான்" என்று துக்கம் ததும்பக் கூறினாள்.

"அதை மறந்து விட்டு ஆத்திரத்தில் சபித்து விட்டேன் நான்" என்று ஆதங்கத்துடன் கூறினார் பதஞ்சலி. சிறிது யோசித்துவிட்டு "நகரம் அழியட்டும்; அழிந்தாலும் அதன் புகழ் என்றும் நின்று நிலவும்" என்றார்.

கதை அவ்வளவுதான் என்றாள் சுந்தாப் பாட்டி. பதஞ்சலி நல்ல நாளில் நல்ல யோகத்தில் மயனுக்கும் சித்திராங்கிக்கும் விவாகம் செய்து வைத்தார். நடன ராஜனைப் பிரதிஷ்டை செய்து கோயில் கட்டினார். உலகத்துப் பாமர மக்களுக்கு அன்று முதல் தெய்வம் ஜனனமாகி விட்டது."

"ஏன் பாட்டி? எனக்கு இரண்டொரு சந்தேகங்கள் தோன்றுகின்றன" என்றேன் நான்.

"படிச்சவனோல்லியோ, சந்தேகத்துக் கென்ன குறைச்சல். என்ன சந்தேகம்? கேளு சொல்றேன்" என்றாள் பாட்டி.

"சோழ நாட்டு அரசன் தன் மகளைத் திருப்பி அழைத்துக் கொள்ளவே இல்லையா?" என்றேன்.

"இதென்ன அசட்டுக் கேள்வி?" என்று என்னைக் கடிந்தாள் பாட்டி. "ஒரே மகள்; அழைத்துக் கொள்ளாமலும் இருந்திருப்பானா? தன் இஷ்டத்துக்கு மாறாகக் கலியாணம் செய்து கொண்டாளே" என்று முதலில் ரொம்பவும் கோபமாகத்தான் இருந்திருப்பான். அது தீராத கோபமாகவும்தான் அப்போது தோன்றியிருக்கும். ஆனால்

அது தீருவதும் பெண்ணையும் மாப்பிள்ளையையும் அங்கீகரிப்பதும் சகஜந்தானே! தவிரவும் கோயில் கட்டச் சோழன் கொடுக்காவிட்டால் பதஞ்சலியிடம் பணம் எங்கிருந்து கிடைத்திருக்கும்? நீதான் சொல்லேன்.

அது சரி என்று நான் ஒப்புக்கொண்டேன். “என்னுடைய இரண்டாவது சந்தேகம் இதுதான். நடன ராஜருக்குக் கோயில் கட்டியபின் தான் தெய்வமே உலகில் தோன்றியது என்கிறாயே நீ ? அது சரியா ?"

இதோ பார். அனாதி காலமாகவே தெய்வம் உண்டு என்பது சரிதான். ஆனால் தெய்வத்துக்கு உருவம் ஏற்படாதவரையில், அறிவாளிகளைத் தவிர மற்றவர்கள் தெய்வத்தைப் பற்றிச் சிந்தனை செய்யவே முடிந்திராது. என்னையும் உன்னையும் போன்ற பாமரர்களுக்குத் தெய்வம் ஜனனமானது அது உருவமான போது தான்" என்றாள் பாட்டி.

"நடன ராஜன்தான் முதல் தெய்வ உருவம் என்கிறாயே! அது எப்படி?" என்றேன்.

"எப்படி என்றால், அப்படித்தான். நடனராஜன் தோன்றிய பின்தான் தெய்வத்துக்கு உருவம் கொடுக்க முடியும் என்று மனிதர்களுக்குத் தெரிந்தது. பிறகு தங்கள் தங்கள் இஷ்டப்படி தெய்வத்துக்கு உருவம் கொடுத்துப் பூஜிக்கத் தலைப்பட்டார்கள். கிருஷ்ணன் என்றும் பாண்டுரங்கன் என்றும் சுப்பிரமணியன் என் றும் விதவிதமான உருவங்கள் தெய்வத்துக்கு ஏற்பட்டன " என்றாள் பாட்டி.

"அப்படியானால் தெய்வத்துக்கு ஏற்பட்ட முதல் கோயில் நடனராஜருடையது தான், இல்லையா?"

"ஆமாம். சந்தேகமென்ன?" என்றாள் பாட்டி. "விக்கிரக ஆராதனை அநாகரிகமானது என்கிறார்களே?" என்று கேட்டேன் நான்.

"அப்படிச் சொல்லுகிறவர்கள் ரொம்ப நாகரிகமானவர்களோ, அல்லது அறிவாளிகள்தானோ?" என்றாள் சுந்தாப் பாட்டி.

நான் பதில் பேசவில்லை.

சாம்பமூர்த்தி

"உலகத்திலே சகஜமாகப் பணக்காரர்களைப் பற்றி யாருமே குறை கூறுவது கிடையாது" என்று ஆரம்பித்தாள் சுந்தாப் பாட்டி. ஏழைமைப் பட்டவன்தான் எப்போதுமே உலகத்தின் நிந்தனைகளை எல்லாம் ஏற்றுக் கொள்ளத் தயாராக இருக்க வேண்டியிருக்கிறது.

"ஊருக்கு இளைத்தவன் பிள்ளையார் கோவில் ஆண்டி தானே?" என்றேன் நான்.

"தானாகப் பணம் சம்பாதிக்கவும், யாராவது சம்பாதித்துத் தந்திருப்பதை வைத்துக் கொள்ளவும் அறியாதவனுக்கு உலகம் வெகு சுலபமாகவே அசட்டுப் பட்டம் கட்டிவிடுகிறது. அவன் மற்றபடி எவ்வளவு கெட்டிக் காரனானாலும் சரிதான் : அசடு என்ற பட்டம் அவனுக்கு நிலைத்து விடும்."

"எனக்குத் தெரிந்து, பணக்காரர்களில் எத்தனையோ பேர் அசடர்கள் இருக்கிறார்களே?" என்றேன். பாட்டி ஏதோ கதைக்குப் பீடிகை போடுகிறாள்; கேட்கலாம் என்ற ஆவலுடன், தூண்டுதலாக இருக்கட்டும் என்று, நானும் நடுநடுவே ஒவ்வொரு வார்த்தை சொல்லி வைத்தேன்.

பாட்டி சொன்னாள்: "பணக்காரர்கள் அசடாகவே இருக்கலாம். உண்மையில் பணக்காரர்கள் அசடாகத் தான் இருக்க முடியும். அப்படி இல்லாவிட்டால் பணம் ஒரு நாளும் அவர்களிடம் சேராது. ஆனால் இந்த அசட்டுத்தனம் வேறு: நான் முதலில் சொன்ன அசட்டுத்தனம் வேறு. லக்ஷ்மீ கடாக்ஷத்துக்கு அவசியமான அசட்டுத் தனத்தை உலகம் அசட்டுத்தனம் என்று மதிப்பதே கிடையாது. பணக்காரன் அசடு என்று தெரிந்திருந் தாலும், அப்படிச் சொல்லுவதற்குப்

பதிலாக, அதிருஷ்ட சாலி என்று கௌரவமாகச் சொல்லிவிடுவதுதான் உலக வழக்கம்."

"உம்....."

"ஆம்: நான் முதலில் சொன்னது போன்ற அசட்டுத்தனம் படைத்தவனை உலகம் வெறுக்கிறது. அந்த அசட்டுத்தனத்தைப் பாவமாகவும், ஒரு ரோகமாகவும், மீளா நரகமாகவும் உலகம் மதிக்கிறது."

"அதிருக்கட்டும் பாட்டி! நாங்கள்ளாம் தூங்கியானப் புறம் நீ மாமாவோடே இதை எல்லாம் பேசிக்கோ.. இப்போ கதையைச் சொல்லு என்றாள் சரோஜா. அவள் பாட்டியின் பெண் வயிற்றுப் பேத்தி; இன்னும் ஏழு வயது நிரம்பாதவள். பாட்டிக்கு மிகவும் செல்லம். மற்றக் குழந்தைகளும் பாட்டியைச் சுற்றி உட்கார்ந்து கொண்டு கதை, ஒரு கதை" என்று கூச்சலிட்டன.

பாட்டி சொன்னாள்: "பணம் தானாகச் சேர்க்கவும் அறியாமல், தகப்பனார் சேர்த்து வைத்திருந்தது பூராவையும் விரயம் செய்து விட்டு ஊரை விட்டு ஓடிப் போனவரைப் பற்றி இன்று நான் கதை சொல்லுகிறேன்.. என் கண்முன் நிஜமாகவே இதெல்லாம் நடந்ததுதான். அவரை உங்களில் பலருக்கும் தெரியும். தாடி வளர்த்துக் கொண்டு, காவேரிக்குப் போற வழியிலே......"

"தாடி மாமா கதையா? சொல்லு, சொல்லு!" என்று குழந்தைகள் ஏககாலத்தில் கூச்சலிட்டன.

"சாம்பமூர்த்தி ராயரைப் பற்றியா ? சொல்லு" என்றேன் நானும்.

நான்கு மாதங்களுக்கு முன் ஓட்டாண்டியாக, கட்டியிருந்த ஒரே வஸ்திரத்துடன், பண்டரீபுரத்தில் பண்டரி நாதனை பஜித்துக் கொண்டு உயிர்விட வேண்டுமென்று, ஊரில் எல்லோரிடமும் விடை பெற்றுக் கொண்டு கிளம்பிய

சாம்பமூர்த்திராயர் சுமார் முப்பது வருஷங்களுக்கு முன் சாத்தனூருக்குள், தெருவுக்குள், குதிரை மேல் சவாரி செய்து கொண்டு வந்தார். கல்யாணமாகி மாப்பிள்ளை அழைக்கும் போது மாப்பிள்ளையைக் குதிரை மேல் வைத்து ஊர்வலமாக அழைத்துச் செல்வது மராட்டியர்கள் வழக்கம். அந்த வழக்கப்படியே சாம்ப மூர்த்திராயரும் ஜரிகைத் தலைப்பாகையுடனும், கறுப்புக் கோட்டுடனும், ஜரிகை அங்கவஸ்திரத்துடனும், கம்பீரமாகக் குதிரைமேல் அமர்ந்து நகரப் பிரவேசம், தெருப் பிரவேசம், கிருஹப் பிரவேசம் எல்லாம் செய்தார்.

அவர் தஞ்சாவூரில் பிறந்து வளர்ந்தவர். அவருடைய தகப்பனார் நானூறு ஐந்நூறு ரூபாய் சம்பளத்தில் ஏதோ சர்க்கார் உத்தியோகத்தில் இருந்தவர். குடும்பத்துடன் சாத்தனூருக்குக் குடிவந்தபோது அவர் உத்தியோகத்திலிருந்து விலகி உபகாரச் சம்பளம் பெற்றுக்கொண்டு விட்டார். அவருடைய ஒரே பிள்ளை தான் சாம்பமூர்த்தி. அவரை பீ. ஏ. வரையில் படிக்க வைத்திருந்தார். சாம்ப மூர்த்தியும் நன்றாகப் படித்து, ராஜதானியிலேயே பீ. ஏ. யில் முதலாவதாகத் தேறியிருந்தார். பீ.ஏ. பாஸ் செய்ததற்கு மறு வருஷம் சாம்பமூர்த்திக்குக் கல்யாணம் ஆயிற்று. தம் அத்தையின் ஒரே பெண்ணைக் கல்யாணம் செய்து கொண்டார். தகப்பனாருடைய ஆஸ்தியுடன், அத்தையின் ஆஸ்தியும் சேர்ந்து கொண்டது.

எல்லாமாகச் சேர்ந்து அவருக்கு எவ்வளவு ஆஸ்தியிருந்தது என்று நிச்சயமாகச் சொல்ல முடியாது. எனினும் நிறைய இருந்தது என்றுதான் சொல்ல வேண்டும். தெருவிலே நான்கு வீடுகள் இருந்தன ; நிச்சயமாக நாலாயிரமாவது பெறும். சர்வமானிய நிலம் ஐந்தாறு வேலியிருந்தது. ரொக்கமாகப் பணமும் கையில் நிறைய இருந்ததாகத்தான் சொல்லுகிறார்கள்.

அப்போதெல்லாம் பார்ப்பதற்கு, சாம்பமூர்த்தி ராஜ குமாரன் மாதிரி இருப்பாராம். வாட்ட சாட்டமான ஆசாமி; சிவந்த

மேனி; எடுப்பான மூக்கு; பரந்த கண்கள். அவருடைய அகத்தின் அழகு முகத்தில் நன்கு தெரியும். அவரைப் பார்த்த மாத்திரத்திலேயே எல்லோருக்கும் "இவர் உத்தமர்; மனிதர்களிலே சிறந்தவர்" என்று தெரிந்து விடும்.

அவருக்குப் பெண்டாட்டியாக வந்து வாய்த்தவளோ எல்லா விதத்திலும் அவரையும் விடச் சிறந்தவள். அழகிலும் சரி, உள்ளத்திலும் சரி இருவரும் போட்டி போடுவது போல இருந்தது.

அவர்கள் வீட்டிற்கு யாராவது விருந்து என்று போய் விட்டாலோ ராஜோபசாரம்தான்; லேசில் விட்டு விடமாட்டார்கள். தர்மம் கேட்டு யார் போனாலும் யாரும் எதிர் பார்க்காத அளவு பெற்றுக் கொண்டு தான் திரும்ப முடியும். பிச்சைக்காரர்களுக்குப் போடுவதில் மட்டும் தினசரி பதக்கு அரிசி செலவாகும் என்று ஊரில் சொல்லிக் கொள்வார்கள். இது தவிர தினசரி வீட்டில் நாலைந்து பேருக்காவது சாப்பாடு நடக்கும். ஒரு நாளாவது மரக்கால் அரிசிக்குக் குறைந்து உலை கிடையாது.

தகப்பனார்க் கிழவரும், அத்தைக் கிழவியும் இருக்கும் வரையில்தான் இப்படி எல்லாம் நடக்கும் என்று ஊரார் எதிர்பார்த்தார்கள். அவர்கள் போன பிறகும் கூட அப்படியே நடந்து வருவது கண்டு ஆச்சரியப் பட்டார்கள்.

பணவிஷயத்தில் கணவனைப் போலவே மனைவியும் 'அசடா'க இருந்ததைத்தான் விதி என்று சொல்ல வேண்டும் போலிருக்கிறது.

நடுவில் கொஞ்ச நாள் சாம்பமூர்த்திராயர் சர்க்கார் உத்தியோகமும் பார்த்தார்--போலீஸ் இலாகாவில். மாதம் நூறு, நூற்றிருபது சம்பளம் வந்ததே தவிர அவருக்கு மனத்தில் நிம்மதியில்லை. தினசரி பூஜை புனஸ்காரத்தையும், தர்மம், விருந்துபசரணை முதலியவற்றையும் சரியாகச் செய்ய முடியவில்லையே என்று வேலையை விட்டு விட்டு ஊருக்குத் திரும்பி விட்டார்.

அவர் வேலையை ராஜீநாமாக் கொடுத்து விட்டு வந்ததற்குப் பிற்காலத்தில் யாராவது காரணம் கேட்டால் பின்வருமாறு சொல்லுவார்: "ஒரு தரம் கிராமத்துக்கு லீவில் வந்திருந்த போது என்னைப் பலமாகச் சீட்டாட்டப் பைத்தியம் பிடித்துக் கொண்டது. இரண்டு மாதம் இரவு பகல் ஓயாமல் சீட்டாடிக் கொண்டே இருந்தேன். லீவு முடிந்தும் சீட்டாட்டப் பைத்தியம் ஓய்ந்தபாடில்லை. இன்னும் இரண்டு மாதம் லீவுக்கு எழுதிப் போட்டு விட்டுச் சீட்டாடினேன். பிறகு ஒன்றன் பின் ஒன்றாக அரைச் சம்பள லீவு, டாக்டர் சர்டிபிகேட் லீவு, சம்பளமே இல்லாமல் லீவு என்று ஒரு வருஷத்துக்கு மேல் ஆகி விட்டது. இனிமேல் உத்தியோகத்துக்குத்தான் போவா னேன் என்று ராஜீநாமா எழுதிப் போட்டு விட்டேன்."

அவர் உத்தியோகத்தை ராஜீநாமாச் செய்து விட்டு வந்து சில நாளைக்கெல்லாம் அவருடைய மனைவி நோய் வாய்ப்பட்டுப் படுத்து விட்டாள். ஒரு வருஷம் படுத்த படுக்கையாகவே கிடந்தாள். அப்போது அவளுக்கு இரண்டு ஆண் குழந்தைகள் இருந்தன: மூத்ததற்கு வயது ஐந்து; இரண்டாவதற்கு இரண்டிருக்கும். குழந்தைகளையும் வீட்டையும் பார்த்துக் கொள்ளத் தாதிகளையும் வேலைக்காரர்களையும் அமர்த்தி விட்டு, சாம்பமூர்த்திராயர் தாமே தம் மனைவிக்குச் செய்ய வேண்டிய பணிவிடைகளை எல்லாம் செய்தார். புனர்ப் பாகம் செய்வது முதல், ஆஸ்பத்திரிக்குப் போய் மருந்து வாங்கி வருவது வரையில், தம் மனைவி சம்பந்தப்பட்ட எல்லாக்காரியங்களையும் சாம்பமூர்த்தியே செய்தார். வேறு யாராவது செய்கிறேன் என்று சொன்னால் கூட அவருக்குக் கோபம் வந்து விடும். தம் கையாலேயே எல்லாம் செய்தால் யமன் கருணை கூர்ந்து அவளை விட்டு விட்டுப் போய் விடுவான் என்று அவர் எண்ணினார் போலும்.

அவருடைய மனைவி படுக்கையில் சீக்காகக் கிடக்கும் போது வீட்டில் பூஜையும், மந்திர கோஷமும் முன்னிலும் நான்கு மடங்காக அதிகரித்தது. தான தருமங்கள் முந்திய எல்லைகளை எல்லாம் மீறிவிட்டன. பிரதி வெள்ளிக்

கிழமையும் ஒரு சுமங்கிலிக்குச் சாதம் போட்டு, மஞ்சள் புடவை வாங்கித் தரவேண்டுமென்று அவர் மனைவி வேண்டிக் கொண்டாள். அதன்படியே செய்தார் சாம்பமூர்த்தி. புடவை வாங்குவதும் நாலைந்து ரூபாய்க்கு வாங்காமல், தாராளமாக இருபது முப்பதுக்கு வாங்கினார். ஏழரை நாட்டுச் சனி, படுத்தும் என்று யாரோ ஒரு ஜோசியன் சொன்னானே என்று ராயர் பிரதி சனிக்கிழமையும் ஒரு பிராமணனுக்கு அன்னம் போட்டு, சோமன் ஜோடி வாங்கித் தந்தார்.

ஒரு வருஷம் பூராவும் படுக்கையிலேயே கிடந்தாள் அவர் மனைவி; பிறகு கடைசிச் சிவிகை ஏறிப்போய் விட்டாள். இம்மாதிரியான விஷயங்களில் சாதாரண மனிதர்களுக்குள்ள கருணைகூட, தெய்வத்துக்கு இல்லை என்றே தோன்றுகிறது. இளஞ் சிசுக்கள் இரண்டு அனாதரவாக விடப் பட்டுத் தவிக்குமே என்றோ, வீணாக ஒரு பாவமும் அறியாத இளந்தம்பதிகளைப் பிரித்து வைக்கிறோமே என்றோ தெய்வம் சிறிதும் கவலைப்பட்ட தாகத் தெரியவில்லை.

ஒரு வருஷம் இரவு பகலாக மனைவியை விட்டு நகராமல் சிசுரூஷை செய்ததனால் சாம்பமூர்த்திராயர் தம் உடம்பையும் கெடுத்துக்கொண்டுவிட்டார். அவ்வளவுதான் அவர் கண்ட பலன்.

வாழ்க்கையிலே ஒரு விதமான கசப்பும் லேசாக அவருக்குத் தட்டி விட்டது. அந்த லேசான கசப்பை மறக்க அவர் இன்னும் அதிகக் கசப்பான காரியங்களில் ஈடுபட ஆரம்பித்தார். கையில் ஏராளமான பணத்துடன் தஞ்சாவூர் சென்று, அதற்கேற்ற கோஷ்டியுடன் கலந்து கொண்டு, குடிக்கவும் தாசிகளுடன் சல்லாபிக்கவும் ஆரம்பித்தார். ஆனால் இதிலே அவர் மனது செல்லவில்லை. இந்த அசட்டுக் காரியங்கள் அவர் உள்ளத்தையும், பரிசுத்தமான ஆத்மாவையும் எவ்விதத்திலும் தொடவில்லை. ஆறுமாதத்துக்கு மேல் இந்த வாழ்க்கை அவருக்குத் தாள வில்லை; கிராமத்துக்குத் திரும்பி விட்டார். அவர் குணங்களும், சுபாவமும் புடத்திலிட்ட ஸ்வர்ணம்

போல அந்த நாளைய அனுபவங்களால் அதிகமாகவே பிரகாசித்தன.

அந்த நாளைய அனுபவங்கள் அவருக்கு ஒரு விதத்தில் நல்ல பயன் அளித்தன என்று கூடச் சொல்லலாம். பட்டும் படாமலும் இருப்பவனே யோகி என்று சொல்லுவார்களே ; அதுபோல அவர் அன்று முதல் உலக விவகாரங்களில் பட்டும் படாமலுமே இருக்கத் தலைப்பட்டார்.

தெருவிலுள்ள 'மைனர்கள் ' சிலருக்கு நல்லுபதேசம் செய்து நல்வழியில் திருப்பவும் அவருடைய அனுபவங்கள் பயன்பட்டன.

அந்த நாளைய அனுபவங்களைப் பற்றிச் சாம்பமூர்த்தி ராயர் அதிகமாக யாருடனும் பேசமாட்டார். ஊரார் தெரிந்து கொண்டதெல்லாம் பராபரியாகக் காதில் விழுந்ததுதான்.

ஆனால் அந்த மாதிரி வாழ்க்கையில் தனக்குக் கசப்புத் தட்டியதைப் பற்றி ஒரு நாள் அவராகவே தம் நண்பர்களான சில வாலிபர்களுக்குச் சொன்னார். அவர் வாழ்க்கையில் பெரிய மாறுதல்களைச் செய்ததெல்லாம் அல்ப விஷயங்கள் தான். அதே போலக் குடியும் கூத்தியும் அவரை விட்டு அகன்றதற்குக் காரணமும் மிகவும் அல்பமான ஒரு விஷயம்; அதை நம்பவே மனது வராது. எனினும் அவர் சொன்னது உண்மையாகத்தான் இருக்க வேண்டும் என்பது சிந்தித்துப் பார்த்தால் தெரியும்.

ஒரு நாள் வழக்கம் போல ஸ்டேஷனில் குடித்து விட்டு, சாம்பமூர்த்திராயரும் அவருடைய நண்பர்களும் ஒரு ஜட்கா வண்டியில் நகருக்கு, நாயகி வீடு தேடிப் போய்க் கொண்டிருந்தார்கள். காமாக்ஷிபாயி ஸாஹேப பாவின் மணிக் கூண்டு கட்டி முடிந்திருந்த சமயம் அது. ஜட்காவண்டி மணிக்கூண்டைத் தாண்டிப் போய்க் கொண்டிருந்தபோது, வண்டியின் கோடியில், கம்பி மேல் சாய்ந்து கொண்டு, குடித்தவனுக்கே உள்ள ரீதியில் சிந்தனை செய்து கொண்டிருந்த சாம்பமூர்த்திராயரின் கண்களுக்கு அந்த மணிக்

கூண்டு இருந்த இடத்திலிருந்து பெயர்ந்து ஒற்றைக் காலால் நடந்து தம்மை நோக்கி வருவதைப் போலத் தோன்றிற்று. நாக்குளற அவர் "மணிக் கூண்டு நடக்குது டோய்!" என்றார். அவரைப்போலவே குடி வெறியிலிருந்த அவருடைய தோழர்கள் அவர் சொன்னதைப் பாராட்டவில்லை. "மணிக் கூண்டு நம்மைத் துரத்தறதுடோய்!" என்றார் சாம்பமூர்த்திராயர் சில வினாடிகள் கழித்து. அச் சமயம் அந்த மணிக்கூண்டின் முகம் (கடிகாரம்) அவர் கண்ணில் பட்டது. அதிலே ரௌத்திரமும் ஆத்திரமும் குடியிருப்பது போல அவர் கண்களுக்குப் பட்டதாம். தம்மிடம் தனியாக அது வஞ்சம் தீர்த்துக் கொள்ள விரும்பியது; அதனால் தான் அது தம் வண்டியைத் தொடர்ந்து வந்தது என்று அவர் முடிவு கட்டிக் கொண்டார். குடியால் ஏற்கெனவே குளறிய குரல், இப்போது பயத்தால் குளறியது.

"ஹோ!" என்ற கூச்சலுடன் அவர், வண்டிக் கம்பியைக் கழற்றாமலே, வண்டியிலிருந்து கீழே குதித்து விட முயன்றார். அதே சமயம் தெய்வாதீனமாக வண்டியும் இறிசு முறிந்து கீழே சாய்ந்து விட்டது. ஜனங்கள் கூடி வண்டியை நிமிர்த்தி அதில் சிறைப் பட்டிருந்தவர்களை விடுவித்தார்கள். நல்ல வேளையாக சாம்பமூர்த்திராயருக்குக் காயம் ஒன்றும் இல்லை.

விடுபட்டதும் சித்தம் தெளிந்து, அங்கிருந்து ஓடியே போய் விட்டார். பைத்தியக்காரன், குடிகாரன் என்று அங்கிருந்தவர்கள் அவர் நடத்தையைப் பற்றி எண்ணி னார்கள்.

ஆனால் அதற்கப்புறம் சாம்பமூர்த்திராயர் குடியைத் தொட்டதில்லை: தாசிகளையும் அணுகியதில்லை.

அந்த நாளைய அம்சங்களில் அவருக்கு மிஞ்சியது சிகரெட் பிடிக்கும் பழக்கம் ஒன்றுதான். ஓயாமல் ஒன்றன்பின் ஒன்றாகச் சிகரெட்டுகளைப் பற்ற வைத்துக் கொண்டு,

தோட்டத்தில் ஏதாவது ஒரு மரத்தடியில் சிந்தனையில் ஆழ்ந்தவராக உட்கார்ந்திருப்பார்.

இந்த சிகரெட் பழக்கத்தால் வெகு நாளைக்குப் பிறகு- அதாவது சாம்பமூர்த்திராயர் ஏழ்மை வாய்ப்பட்டபின்- ஒரு சம்பவம் நடந்தது.

ஊரில் பெரியவர் ஒருவர். மஹா பெரியவர்; எல்லா வாய் விதங்களிலும் பெரியவர்; படாடோபத்திலும், அரட்டையிலும் தெருவிலே முதல் மனிதர்; தெருப் பொதுப் பணத்தை மண்டையில் மயிர் முளைத்த நாளாய்க் கணக்கு வழக்கில்லாமல் சாப்பிட்டு ஏப்பம் விட்டுவிட்ட பெரியவர்; கூசாமல் பொய்ச் சாட்சி சொல்லியும் பொய்க் கையெழுத்துக்கள் போட்டும் 'மானமா'கக் காலந் தள்ளுபவர். அவர் ஒரு நாள் அக்கிரஹாரத்தில் சாம்பமூர்த்தி ராயர் சுருட்டுப் பிடிப்பதைப் பற்றிக் கண்டித்துப் பேசினார். ராயர் பரம ஸாது, பாவம்; அவருக்குச் சாதாரணமாகக் கோபமே வராது. ஆனால் ஊர்ப் பெரிய மனிதரின் யோக்கியமான பேச்சால் கிளறிவிடப்பட்டு மூண்ட அவருடைய கோபம் அந்தப் பெரிய மனிதரையே எரித்து விட்டது. அந்தப் பெரிய மனிதரின் வண்டவாளங்களை எல்லாம், அது வரையில் தெருவில் யாரும் பகிரங்கமாகப் பேசத் துணியாத விஷயங்களை எல்லாம், பகிரங்கப் படுத்திவிட்டார். தெருவில் பெரிய மனிதரின் செல்வாக்கு அத்துடன் அழிந்துவிட்டது.

இந்தச் சிறிய வஞ்சத்துடன் திருப்தி அடைந்து விடவில்லை சாம்பமூர்த்திராயர். அந்தப் பெரிய மனிதர் வீட்டுப் பிள்ளைகளில் ஆரம்பித்துத் தெருப்பிள்ளைகள் எல்லோருக்குமே புகை பிடிக்கும் வழக்கத்தைக் கற்றுக் கொடுத்து விட்டார். அவருக்கு உதவி செய்யப் பட்டினத்துக் காலேஜிலிருந்து இரண்டு பட்டதாரிகளும் வந்து சேர்ந்து கொண்டார்கள். அவர் எடுத்துக் கொண்ட இந்தக் காரியத்தில் அடைந்ததைப் போன்ற வெற்றியை அவரால் வேறு எதிலும் அடைய முடியவில்லை.

பெண்டாட்டி இறந்து, வழி தடுமாறித் தஞ்சை சென்று அல்லாடிவிட்டுத் திரும்பியபின் சாம்பமூர்த்தி ராயரின் மனம் முன்னிலும் அதிகமாகவே தெய்வ வழி பாட்டில் ஈடுபட்டது. வெகு நாளாக அவருடைய குடும்பத்தில் பூஜையில் இருந்து வந்த பாண்டுரங்க விக்கிரகத்துக்கு இல்லாத ஆர்ப்பாட்டங்களுடன் பூஜைகள் செய்ய ஆரம்பித்தார். அந்தப் பாண்டுரங்கனைத் தவிர உலகில் மற்றவர்களை எல்லாம் அந்தக் காலத்தில் அவர் மறந்து விட முயன்றார் என்றே சொல்ல வேண்டும். அவருடைய முயற்சி அவ்வளவாகக் கைகூடவில்லை.

அந்த நாட்களில் அவர் வாரத்தில் நான்கு நாட்கள் முழுப்பட்டினியாகவே இருந்து விடுவாராம். மற்ற நாட்களிலும் சில நாள் பூஜை திருப்திகரமாக நடைபெறா விட்டால் அவர் தாம் பாண்டுரங்கனுக்கு இழைத்துவிட்ட அபசாரத்தை எண்ணி அதற்குப் பிராயச்சித்தமாக அறுபது நாழிகை நேரம் ஜலங்கூட அருந்தாமல் இருந்து விடுவாராம்.

அவருடைய பூஜை வேகத்தின் உற்சாகத்தைக் குறிக்கும் சம்பவம் ஒன்றை உதாரணமாகச் சொல்லலாம். முதல் நாள் முழுவதும் ஏதோ காரணமாக அவர் பட்டினி கிடந்திருக்கிறார். மறுநாள் விடிய இரண்டு நாழிகை இருக்கும்போது பூஜையை ஆரம்பித்தார். விடிந்து எட்டு நாழிகைக்குப் பூஜை ஒரு வழியாக முடிந்தது. விக்கிரகத்துக்குப் பதினாறு சேர் பசும்பால் அபிஷேகம் செய்திருந்தார். பூஜையை முடித்துக் கொண்டு அவர் உணவருந்த உட்காரப் போகும் சமயம் அவர் மனத்தில் ஏதோ அதிருப்தி தட்டியது. பால் அபிஷேகம் பூர்ண திருப்திகரமாக நடக்கவில்லை என்று அவர் மனத்தில் பட்டுவிட்டது. அவ்வளவுதான்; சாப்பாட்டை மறந்து விட்டு மறுபடியும் இந்தத் தடவை திருப்திகரமாகப் பூஜை செய்ய உட்கார்ந்து விட்டார். ஆனால் அப்போது மற்றோர் இடையூறு குறுக்கிட்டது. பசும்பால் பதினாறு சேர் கிராமத்தில் கிடைக்கவில்லை. என்ன பண்ணுவது?

அன்று மாலை பால் கிடைத்து அபிஷேகம் நடந்து பூஜை முடியும் வரையில் சாம்பமூர்த்தி ராயர் பட்டினி தான். அன்று இரவு ஒன்பது மணிக்குத்தான் உணவருந்தினாராம்.

அவருடைய பிள்ளைகள் இரண்டையும் அவருடைய மனைவி வழியில் தூரத்து பந்துவான ஸ்திரீ ஒருத்தி எடுத்து வளர்த்தாள். அவர்களைப் பற்றிய எந்தக் கவலை யிலும் ஈடுபட்டுத் தம் காலத்தை வீணாக்க, சாம்பமூர்த்தி ராயர் தயாராக இல்லை. தவிரவும் தாம் கவலைப்பட்டுக் கவனிக்கும் இடங்களில் எல்லாம் யமன் காலடி வைத்து விடுகிறான் என்று ஓர் எண்ணம் அவர் மனத்தில் தோன்றி விட்டது. அதனாலேதான் அவர் ஒரு யோகியைப் போல எதிலும் பட்டும் படாமலும் இருப்பது சாத்தியமாயிற்று.

தம் பிள்ளைகளைத் தம்முடன்கூட அவர் வைத்துக் கொள்ளவில்லை. பட்டினத்துக்கு அனுப்பிவிட்டார். மாதா மாதம் ஐம்பது அறுபது என்று பணம் அனுப்பி விடுவார்.

மூத்தபிள்ளை பத்தாவது வயதிலே அல்பாயுஸாகப் போய்விட்டான். இரண்டாவது பிள்ளை ஒரு நோஞ்சான்தான். எனினும் அவன் பள்ளியில் நன்கு படித்துப் பெரியவனாகிக் காலேஜிலும் சேர்ந்து பீ.ஏ. வரையில் எட்டினான்.

சாம்பமூர்த்திராயரின் ஆஸ்திகள் கொஞ்சம் கொஞ்சமாகக் கரைந்துகொண்டு வந்தன. தான தர்மங்கள், மனைவிக்கு வைத்தியம், அப்புறம் குடி, கூத்தி இத்யாதிகள், இப்படியாக முக்கால் வாசிக்குமேல் மறைந்து விட்டது. தெருவில் இருந்த நான்கு வீடுகளில் எஞ்சி இருந்தது ஒன்றுதான்; நிலத்திலும் ஒன்றிரண்டு வேலிதான். பணம் தேவையான போது கொஞ்சங் கொஞ்சமாக ராயர் வீடுகளையும் நிலத்தையும் விற்றுத் தீர்த்துவிட்டார். அவருக்குக் கடன் வாங்குவதில் நம்பிக்கை கிடையாது. "இந்திய விவசாயி கெட்டுப்போவது சுமக்க மாட்டாத கடனால் தானே?" என்பவர் அவர். "நிலத்தின்மேல் கடன் வாங்குவதைவிட நிலத்தை விற்றுவிடுவது மேலல்லவா?" என்பார் அவர். எது மேலோ,

எது கீழ்மோ - அது எப்படி யானாலும் சரி, அவருடைய ஆஸ்திகள் கொஞ்சம் கொஞ்சமாகக் கரைந்து விட்டன.

சாம்பமூர்த்திராயர் கிராமத்தில் நடத்திய வாழ்க்கையைப் பற்றி உதாரணமாக இங்கு இரண்டொரு விஷயங்கள் சொல்லலாம் என்று தோன்றுகிறது.

கையில் பணம் இருந்த காலத்தில் அவரும் விரும்பாமலே அவர் லேவாதேவி செய்ய நேர்ந்துவிடும். பணம் இருப்பதைத் தெரிந்துகொண்டு முடைதாங்காமல் சிபார்சுடன் வந்துவிடுவார்கள் பலர். லேவாதேவி செய்வது கடவுளுக்கு அடுக்காது, அநியாயம் என்பதுதான் சாம்ப மூர்த்திராயரின் நம்பிக்கை. ஆனால் அதிலிருந்து தப்பமுடி யாது. அதற்காக இரண்டு வட்டி, மூன்று வட்டி கொடுத்தால்தான் பணம் கொடுப்பேன் என்று பிடிவாதம் பிடிப்பார். அப்படியாவது அவர்கள் தம்மிடம் கடன் வாங்காமல் இருந்துவிட மாட்டார்களா என்பது அவருடைய ஆசை. சாம்பமூர்த்தியின் மனது ஊரில் பச்சைக்குழந்தை உள்பட எல்லோருக்குமே தெரியும். ஆகவே பத்திரத்தில் மூன்று வட்டி என்று எழுதிக் கையெழுத்திட்டுக் கடன் வாங்கிக் கொண்டு போய்விடுவார்கள். பணம் திருப்பித்தரும் போது அரை வட்டி, கால் வட்டி கணக்குப்போட்டு வாங்கிக் கொண்டு ராயர் பத்திரத்தின் காதைக் கிழித்துக் கொடுத்து விடுவார்.

பத்திரம் காலாவதியாகும் தேதி அவருக்கு ஞாபகமே இராது. கடன்காரன் அவனாக வந்து ஞாபகப்படுத்தினால் தான் உண்டு. அவருடைய தாராளத்தையும், ஞாபக மறதியையும் சுய நலத்துக்காக உபயோகப்படுத்திக் கொண்டவர்கள் - ஏற்கெனவே சொன்ன தெருப் பெரிய மனிதர் உள்பட - பலர் உண்டு.

நிலம் விற்கும்போதுகூட ராயர் யார் தமக்கு அதிகப் பணம் தருவார்கள் என்று கவனிக்கமாட்டார். யாரிடம் போனால் அந்த நிலம் சரியானபடி உபயோகப்படுத்தப்படும் என்று பார்த்துத் தாமே போய்க்கேட்டு, ஊர் விலைக்குக் கொஞ்சம்

தள்ளியே கொடுத்துவிடுவார். ஊரில் சிறந்த மிராசுதாரிடம் தம் நிலம் போவதால் அது ஊருக்கு இன்னும் அதிகமாகவே பலன் தரும் என்பது அவருடைய நம்பிக்கை. அவர் வீடுகளை விற்றதும் இப்படித்தான்.

ஆனால் ஒரே ஒருசமயம் அவர் இந்த விதிக்கு விலக்குச் செய்ய நேர்ந்தது. அவருடைய இரண்டாவது பிள்ளை படித்து முடித்துவிட்டு, தான் ஒரு நண்பனுடன் கூட்டாக வியாபாரம் ஆரம்பிக்கப் போவதாகவும், நல்ல லாபம் வரும் என்றும், அதற்கு ஆயிரத்தைந்நூறு ரூபாய் வேண்டுமென்றும் கடிதம் எழுதியிருந்தான். ராயர் கையில் பணமில்லை ; ஆஸ்தியும் இல்லை. எஞ்சியிருந்தது அவர் வசித்துக் கொண்டிருந்த ஒரே வீடும், ஆற்றங்கரைக்குப் போகும் பாதையில் ஒரு தோட்டமும் தான்.

ஒரு வாரத்தில் பணம் அனுப்புவதாகத் தம் பையனுக்கு எழுதிவிட்டு, தம் வீட்டை விற்க முனைந்தார்.

தமக்குத் தோட்டத்தில் ஆற்றங்கரையில் சொற்பச் செலவில் ஒரு சவுக்கண்டி அமைத்துக்கொண்டார்.

ஆனால் அவருடைய வீடு அப்போதைய மதிப்புக்கு ஆயிரத்து இருநூறு ரூபாய்தான் பெறும். அதை ஆயிரத்தைந்நூறுக்கு வாங்க யாரும் தயாராக இல்லை. அவருடைய நிலங்களை ஏராளமான லாபத்துக்கு வாங்கியிருந்த மிராசுதார் கூட அந்த முந்நூறு ரூபாய் எதற்காக அதிகம் கொடுக்கவேண்டும், சற்றுத் தாமதித்தால் வீடு ஆயிரத்துக்கே கிடைத்துவிடுமே என்று தயங்கினார். பையனுக்கோ அவசரமாக ஆயிரத்தைந்நூறு வேண்டும். பார்த்தார் ராயர். அக்கிரஹாரத்தின் நடு மத்தியிலிருந்த அந்த வீட்டை ஒரு முஸ்லிம் மிராசுதாருக்கு ஆயிரத்து அறுநூறுக்கு விற்றுவிடுவதாக ஏற்பாடு செய்துவிட்டார். அவ்வளவுதான்; தெரு அபிப்பிராயத்துக்குத் தலை குனிந்து ஒருவர் ஆயிரத்தைந் நூறுக்கு வீட்டை ராயரிடம் வாங்கிக் கொண்டார்.

வீடு கிரயமானதுடன் இச்சம்பவம் முடிந்துவிடவில்லை. ஒரு வருஷங் கழித்துச் சாம்பமூர்த்திராயரின் பிள்ளை வியாபாரத்தில் நல்ல லாபமடைந்து தன் அப்பாவுக்கு ஏதாவது பணம் அனுப்பட்டுமா, வேண்டுமா?" என்று கடிதம் எழுதியிருந்தான். அவனை ஒரு நானூறு ரூபாய் அனுப்பச் சொல்லி அதைக் கொண்டுபோய்த் தம் வீட்டை வாங்கினவரிடம் திருப்பிக் கொடுத்து விட்டார். பணத்தை வாங்கிக் கொண்டவர், கண்களில் நீர் துளிக்க ராயரின் மேன்மையான குணங்களைச் சமயம் வாய்த்த போதெல்லாம் புகழ்ந்து கூறிக்கொண்டிருப்பார்.

நிலபுலன்கள் எல்லாம் கைவசம் இருந்தபோது ராயர் எல்லா விதமாகவும் மிராசு பண்ணிப்பார்த்தார். கொஞ்ச நாள் சொந்தப் பண்ணை வைத்துப் பார்த்தார்; நிலத்தைக் குத்தகைக்கு விட்டுப் பார்த்தார். எதுவும் அவருக்கேற்ற மாதிரி சங்கடமில்லாத வழியாகக் காணவில்லை.

ராயர் வயலுக்கு அறுவடைக்குப் போகிறார் என்றால் அவருக்கு முன்னால் ஓர் ஈஸி சேரும், ஒரு பெரிய தர்மாஸ் பிளாஸ்க் நிறையக் காபியும் போய்ச் சேர்ந்து விடும். படிப்பதற்குக் கையில் இரண்டொரு புஸ்தகங்களுடன் ராயர் பின்தொடர்வார்.

"வருஷா வருஷம் நெல்லே சாகுபடி பண்ணுவா னேன்? நான் புதுசாக இந்த வருஷம் என் நிலத்தில் வெங்காயம் விதைக்கப்போகிறேன். என்ன லாபம் வருகிறது பார்!" என்று ஒரு வருஷம் அவர் ஆரம்பித்து விட்டார். நல்லவேளையாக நெல் வயல்களில் முக்கால்வாசியில் நாத்து விட்டாகிவிட்டது. மற்றதில் வெங்காயம் விதைத்தார் ராயர். வெங்காயம் நிறையத்தான் விளைந்தது. ஆனால் விளைந்த வெங்காயத்தைச் சந்தை சந்தையாகக் கொண்டு போய் விற்கப் போதிய போக்குவரத்து சாதனங்கள் அகப்படவில்லை. முக்கால்வாசிக்கு மேல் ஈரத்தில் அழுகிவிட்டது. அதுமுதல் ஊரில் சாம்பமூர்த்தி ராயருக்கு வெங்காய ராயர் என்று கேலியாகப் பெயர் வைத்து விட்டார்கள்.

நிலத்தில் முக்கால்வாசிக்கு மேல் கரைந்த பின் ராயர் வீணாகச் சிரமப்படுவானேன் என்று இருந்ததைக் குத்தகைக்கே விட்டுவிட்டார். சாதாரணமாக வருஷத்தில் நூறு கலத்துக்குமேல் நெல் குத்தகை வரவேண்டிய நிலத்தை, "எனக்கு வேண்டியது வருஷம் அறுபது கலம் நெல்லு ; அதைக் கொண்டுவந்து போட்டுவிடு" என்று சொல்லி ஒரு குடியானவனிடம் கொடுத்துவிட்டார். அந்த அறுபது கலத்தில் கூட ஏதாவது மீதம் பிடிக்கப் பார்ப்பான் அவருடைய குத்தகைக்காரன். அவ்வளவு குறைந்த குத்தகைக்கு நிலத்தை விட்டது தவறு என்று யாராவது சொன்னால் கோபம் வந்துவிடும் ராயருக்கு. "பிள்ளை குட்டிக்காரன், பிழைத்துப் போறான். எனக் கென்னத்துக்கு அதற்குமேலே ? நான் ஒண்டிதானே?" என்பார். இன்னும் வற்புறுத்தி ஏதாவது சொன்னால் என் நிலம்; நீ யார் சொல்லுவதற்கு?" என்று சண்டைக்கே வந்துவிடுவார்.

இந்தத் தாராளம் இரண்டாவது பிள்ளை தலை யெடுத்துச் சம்பாதிக்க ஆரம்பித்தவுடனே அதிகரித்து விட்டது. அவன் பணம் அனுப்பினால் அதை எல்லாம் கண்டவர்களுக்குக் கொடுத்துவிட்டுத் தாம் பழைய மாதிரியே காலங்கழித்து விடுவார்.

தெருவாருக்கெல்லாம் நெடுநாளாகவே அவரைப் பற்றி இது ஒரு புகார். கொல்லை கொத்துகிறவன், கூலி வேலை செய்கிறவன் இவர்களுக்கெல்லாம் அவர் அதிகமாகக் கூலி கொடுத்துப் பழக்கிவிட்டார். தெருவில் குறைந்த கூலிக்கு ஆள் அகப்படுவதில்லை. வேறு இடங்களில் ஐந்தரை அணாக் கொடுத்தால், ராயர் ஏழரை அணாவாகக் கொடுப்பார்.

ஆனால் அவரிடம் வேலை செய்வது சிரமம். வணங்கி, அவர் சொல்லுவதைக் காதில் வாங்கி வேலைசெய்தால் தான் செய்யலாம். இல்லாவிட்டால் ஒருநாளைக் கூலியைக் காலையிலேயே கையில் கொடுத்து விட்டு "செய்தது போதும்; இனிமேல் இந்தப்பக்கம் வேலை செய்கிறேன் என்று வராதே!" என்று விரட்டி விடுவார்.

பரியாரி வந்து பாதி க்ஷவரம் செய்துகொண்டிருக்கும்போது, ராயரைத் தேங்காய் பறிப்பவன் வந்து கூப்பிடுவான். "சற்று இரு, வறேன்" என்று பரியாரியை உட்காரவைத்து விட்டுப் பாதி க்ஷவரம் ஆன தலையுடன் தென்னந்தோப்புக்குப் போவார். அங்கே போனதும் பரியாரி காத்திருப்பது அவருக்கு மறந்துவிடும். ஒன்பது மணிக்குப் போனவர் பன்னிரண்டு மணிக்குத்தான் வீடு திரும்புவார். பாதி க்ஷவரந்தான் ஆயிற்று என்று அப்போது தான் ஞாபகத்தில் தட்டும். ஆனால் பரியாரி அவ்வளவு நேரம் காத்திருப்பானா? அவன் வீட்டுக்குப் போயிருப்பான். "படவா! அம்பட்டப் பயல் பாதி க்ஷவரம் செய்துவிட்டுப் போய்விட்டான்!" என்று அவனைத் திட்டிக்கொண்டே அவன் கொட்டகையைத் தேடிக் கொண்டு போவார். இப்படியாக அவர் வீட்டுத் திண்ணையில் பாதி க்ஷவரமும், பரியாரியின் கொட்டகையில் மற்றப் பாதியும் நடப்பதுதான் வழக்கம்.

கடைசியில் அவர் தாடி வளர்க்கத் தீர்மானித்தது பற்றி ஊர்ப் பரியாரிக்குத்தான் ரொம்பவும் சந்தோஷம்.

"தேங்காய் பறிப்பவன் மரத்தின்மேல் ஏறிக் கொண்டிருக்கும் போது யாராவது வந்து ராயரிடம் சொல்லு இந்த மரமேறுகிறவன் அயோக்கியப் பயல் சார்! இவன் தாயோடும் தகப்பனோடும் சண்டை போட் டுக்கொண்டு வீட்டைவிட்டு ஓடிய பயல். ஏகமாகக் குடிக்கிறான். எங்கேயோ திருடி விட்டான் என்றுகூடக் கேள்வி."

அவ்வளவுதான். ராயர் மரத்தின் உச்சாணிக் கிளையை" எட்டிய ஆளை அவசரம் அவசரமாகக் "கீழே இறங்கு ! இறங்கு!" என்று உத்தர விடுவார். ஒரு தேங்காய்கூட அவன் பிடுங்கி யிருக்கமாட்டான். என்னமோ ஏதோ என்று அலறிப் புடைத்துக் கொண்டு கீழே வந்தவுடன் ராயர் அவனுக்கு ஒரு மரம் ஏறியதற்கு இரட்டிப்புக் கூலியைக் கொடுத்து "இனிமேல் இங்கே வேலை செய்ய வராதே" என்று சொல்லி அனுப்பி விடுவார்.

மூங்கில் புதரில் முள் வெட்டவரும் குறவர்களுக்காக அவர் நான்கு ஜதை செருப்பு வாங்கி வைத்திருந் தார். "வேண்டாம் சாமி என்று அவர்கள் என்ன சொன்னாலும் கேட்கமாட்டார். "முள்ளுக் குத்துண்டா, பயலே!" என்பார். "செருப்புப் போட்டுக்கொண்டு வேலை செய்வதானால் செய்; இல்லாவிட்டால் ஓடு'' என்பார்.

தாடியை வளர்த்துக்கொண்டு அவர் வீடு, வாசல், நிலம், தோப்பு எல்லாவற்றையும் விற்றுவிட்டு, ஆற்றங்கரை ஓரமாக இருந்த தோப்பில் சவுக்கண்டி போட்டுக் கொண்டு இரண்டு மூன்று வருஷங்கள் வசித்தார். அவருக்கு ஒருவிதமான தொல்லையும் கிடையாது. தாமே ஒரு வேளை பொங்கித் தின்பார். ஒவ்வொரு நாள் அது கூடக் கிடையாது; முழுப் பட்டினியே கிடந்து விடுவார். அவருக்கிருந்த ஒரு பிள்ளை பட்டினத்தில் கல்யாணம் செய்துகொண்டு, நிறையப் பணமும் சம்பாதித்துக் கொண்டு சௌக்கியமாக இருந்தான். அவரைத் தன்னுடன் வந்து வசிக்க வேண்டுமென்று அவன் எவ்வளவோ வற்புறுத்திக் கடிதம் எழுதினான்; நேரிலே வந்து இரண்டொரு தரம் கூப்பிடவும் கூப்பிட்டான். அவர் போக மறுத்துவிட்டார். தாம் தோட்டதில் எதுவுமே துலங்கவில்லை என்றும், அவனுடன் தாம் போய் வசித்தால் அவனுடைய அதிர்ஷ்டமும் மாறினாலும் மாறி விடலாம் என்றும் பயந்துதான் அவர் போகவில்லை.

நிறையப் படிப்பார். அகப்பட்டவர்களுடன் ஓயாமல் பேசுவார். வேதாந்த விஷயமாக மட்டுமல்ல; எல்லா விஷயங்களையும்பற்றி அவர் வெகு தெளிவாக, ஆழ்ந்த சிந்தனை செய்து பேசுவார். அவருடன் பேசிக் கொண்டிருப்பதே ஆனந்தமாக இருக்கும். பள்ளியிலும் கலாசாலையிலுமாகப் பதினைந்து வருஷங்கள் படித்து நான் அறிந்து கொண்ட விஷயங்களைவிட அதிகமாகவே அவருடன் பழகிய பதினைந்து மாதங்களில் கொண்டிருக்கிறேன். "நான் சதா அவருடன் கற்றுக் பேசப் போய்க் கொண்டிருப்பதைப் பார்த்துச் சில பெரியவர்கள்

ஓயாமல் அந்த அசட்டு ராயருடன் என்னடா பேச்சு உனக்கு?" என்று கேட்பார்கள். நான் என்ன பதில் சொல்லுவது?

ஏழைமை வாய்ப்பட்டு அவர் ஆற்றங் கரைக்குப் போகும் வழியில் சவுக்கண்டியில் வசித்துக் கொண்டிருக்கும் போதுதான் எனக்குப் பரிசயமானார். அவருடைய தெளிந்த சிந்தனைகளும், எளிமையான வாழ்க்கையும், மேலான லக்ஷியங்களும், எல்லாத் துன்பங்களையும் ஓட் டும் தெய்வ பக்தியும் என் மனத்தைப் பெரிதும் கவர்ந்தன. உலகத்துப் பசி தாகங்களை எல்லாம் மீறிய லக்ஷிய புருஷராக அவர் எனக்குக் காட்சியளித்தார்.

அவரை முதல் நாள் நான் சந்தித்த அன்று அவர் எனக்கு சொன்ன ஒரு வாக்கியம் மிகவும் வியப்பைத் தருவதாக இருந்தது. "இன்று ஸ்டேஷனுக்குப் போயிருந்தேன் " என்றார் அவர். " அரசலாற்றில் கணைக்கால் மட்டும் ஜலம் இருந்தது. நீந்திப்போய் அக்கரை சேர்ந்தேன்."

கணைக்கால் மட்டும் இருந்த ஜலத்தில் அவர் எப்படி நீந்தினார் என்று நான் ஆச்சரியப்பட்டேன். விஷயம் வேறு ஒன்றுமில்லை. அவர் மராட்டியர் ; தமிழ் அவ்வளவாகச் சரியாக வராது. மிகவும் கொச்சையாகவே பேசுவார். ஜலத்தைக் கடப்பதற்கு நீந்துவது என்பது தான் தமிழ் வார்த்தை என்று அவர் ஞாபகம். கணைக்கால் மட்டுமிருந்த ஜலத்தில் அவர் நீந்தியது அதனால்தான்.

உலகம் பிறந்த நாள் முதல் இன்று வரை தோன்றி மறைந்து விட்ட எல்லாத் தத்துவாசிரியர்களையும் பற்றி அவர் என்னுடன் விவாதிப்பார். எல்லா விவாதங் களுக்கும் முடிவு ஒன்றேதான்--திலகரின் 'கீதா ரகசிய'த்திலிருந்து ஏதாவது ஒரு வாக்கியத்தைச் சொல்லிச் சந்தேகங்களை எல்லாம் தீர்த்து விடுவார்.

'கீதா ரகசியம்' என்றவுடன் எனக்கு ஞாபகம் வருகிறது. அவருடைய சவுக்கண்டிக்குக் கதவு, தாழ்ப்பாள் ஒன்றும் கிடையாது; எல்லாம் திறந்தேதான் கிடக்கும். ஒரு சிறு பெட்டியில் ஏழெட்டுப் புஸ்தகங்களை வைத்து மூடியிருந்தார்; அவைதான் அவருக்கு அப்போதிருந்த ஆஸ்தி.

உள்ளூர்க்காரர்களுக்குச் சாம்பமூர்த்திராயரின் பெட்டியில் என்ன இருந்தது என்பது நன்கு தெரியும். ஆனால் அகஸ்மாத்தாக அந்தத் தோட்டத்துப் பக்கம் போன வெளியூர்க்காரன் ஒருவன் சவுக்கண்டி திறந்து கிடப்பதையும், அதில் பெட்டி இருப்பதையும் பார்த்து விட்டு, பெட்டியில் ஏதாவது இருக்கும் என்று எண்ணி அதைத் திருடிக்கொண்டு ஓடி விட்டான். ராயர் இந்தத் திருட்டைக் கண்டு பிடிக்கும்போது இரவு எட்டு மணி இருக்கும். அவர் கோயிலுக்குப் போயிருந்தபோது அந்தத் திருட்டு நடந்து விட்டது.

"ஐயோ பாவம்!" என்றார் ராயர். “தூக்கமாட்டாமல் தூக்கிக் கொண்டுபோய் அவன் திறந்து பார்த்து, பெட்டியில் புஸ்தகங்களைத் தவிர வேறு எதையுங் காணாமல் மிகவும் வருத்தப் படுவானே?" என்று கஷ்டப் பட்டார் அவர்.

"புஸ்தகங்கள் தான் உங்களுக்கு இருந்தன. அதுவும் போய் விட்டனவே!" என்றேன் நான்.

"எங்கே போகும்?" என்றார் ராயர். 'ஆற்றங் கரையோடு போனால், திருடன் பெட்டியைத் திறந்து பார்த்த இடத்திலேயே புஸ்தகங்களைப் போட்டுவிட்டுப் போயிருக்கப் போகிறான். காலையில் நான் தேடிக் கொண்டுவந்து விடமாட்டேனா?" என்றார்.

அவர் சொன்னபடியும் செய்தார். திருட்டுப் போன தம் புஸ்தகங்களைத் தேடிக் கொண்டு காலையில் கிளம்பினார். மாலைக்குள் எல்லாப் புஸ்தகங்களையும், பெட்டியுடன் கொண்டுவந்து சேர்த்துவிட்டார். கிராமத்து எல்லைக்கு வெளியே இரண்டு பர்லாங்கு போவதன் முன்னரே திருடன்

பெட்டியைத் திறந்து பார்த்திருக் கிறான். அதில் 'கீதா ரகசியம்' முதலிய உபயோகமற்ற புஸ்தகங்களைத் தவிர வேறு எதையும் காணாமல் போட்டு விட்டுப் போய்விட்டான். ராயர் திருப்பி அவற்றை எடுத்துக் கொண்டுவந்து விட்டார்.

"தனியாக இருக்கிறீர்களே, இரவில் உங்களுக்குப் பயமாக இருப்பதில்லையா?" என்றேன் நான் ஒரு சமயம். "என்ன பயம்? தவிரவும் நான் எப்போதுமே இரவில் தனியாக இருப்பதில்லை. சில சமயம் வலை வீசி வௌவால் பிடிப்பவன் வந்து என்னுடன் இரவு முழுவதும் அளவளாவிக் கொண்டிருப்பான்."

"யார் அது, வலைவீசி வௌவால் பிடிப்பவன்?"

'அவனா? அவனுக்கு இவ்வுலகில் எத்தனையோ பெயர்கள் உண்டு. சாத்தான் என்றும் கடவுள் என்றும் யமன் என்றும் பிசாசு என்றும் பலவிதமாக அவனைச் சொல்லுவார்கள். சில சமயம் அவன் ஸர்ப்பரூபமாக எனக்கருகே ஊர்ந்து செல்லுவான் என்றார் சாம்பமூர்த்தி ராயர் புன்சிரிப்புடன்

அவர் ஊரைவிட்டுப் போனதில் எனக்குத்தான் மிகவும் வருத்தம். கடைசியாக எஞ்சியிருந்த அந்தத் தோட் டத்தையும் அதில் எழுப்பியிருந்த சவுக்கண்டியையும் அவருடைய புஸ்தகங்களையும், ஊரில் ஓர் இலவச வாசக சாலை ஸ்தாபிப்பதற்கென்று சாஸனம் பண்ணிக் கொடுத்துவிட்டு அவர் இடுப்பில் கட்டியிருந்த வேட்டியுடன் பண்டரிநாதனைத் தரிசிக்கக் கிளம்பி விட்டார். கால் நடையாகவேதான் செல்லுவதாக அவர் உத்தேசித்திருந்தார்.

பட்டினத்தில் அவருடைய பிள்ளை, மருமகள், பேரக் குழந்தைகள் முதலியவர்களுடன் மூன்றே நாட்கள் தங்கினாராம். மேலும் நடந்தே இடையிலுள்ள க்ஷேத்திரங்களை எல்லாம் தரிசித்துக்கொண்டு அவர் பண்டரீபுரம் போய்ச் சேர இரண்டு மாதங்களுக்கு மேல் பிடித்தது. நான் கேட்டுக் கொண்டிருந்தபடி அவர் பண்டரீபுரம் போய்ச் சேர்ந்ததும் எனக்கு ஒரு கடிதம் எழுதியிருந்தார்.

நானும் பண்டரீபுரம் போவது, அவருடன் சில நாள் தங்குவது என்று தீர்மானித்திருந்தேன்.

அதற்குள் அவருடைய மரணச் செய்தி வந்துவிட்டது. பண்டரீபுரம் போய்ச் சேர்ந்து நாற்பது நாளைக்குள் அவர் இறந்து விட்டார்.

அவருடைய வாழ்க்கையின் அர்த்தத்தைப்பற்றி நான் சிந்தித்துப் பார்க்கிறேன்.

அவருடைய கதையைக் குழந்தைகளுக்குச் சுந்தாப் பாட்டி சொன்னாள்.

பெண் மனம்

சுந்தாப் பாட்டி சொன்னாள்: " படிக்கப் படிக்க ஆண்களுக்கு அறிவு அதிகமாகிறது. படிக்கப் படிக்கப் பெண்களுக்கு அன்பு அதிகமாகிறது."

"அதெப்படி?" என்று நான் கேட்டேன்.

"அதெப்படி என்று கேட்பதில் லாபமில்லை. அது அப்படித்தான்: ஈசுவர சிருஷ்டியே அப்படித்தான். தவிரவும் ஆண்களுக்கு அறிவு அதிகரிக்க அதிகரிக்க, மனம் கல்லாகிவிடுகிறது. அவர்கள் சாதாரண வாழ்க்கையிலிருந்து விலகி நிற்க ஆரம்பித்துவிடுகிறார்கள் மனது முற்றித் திடம்பட்டு அசைக்க முடியாத தாகி விடுகிறது. யோகிகளும் ஞானிகளும்..."

"பெண்கள் விஷயத்தில்?"

"பெண்களின் விஷயமே வேறு; இதற்கு முற்றிலும் மாறானது. அவர்களுடைய மனோபாவம் உண்மையிலேயே நேர்மாறானது. அவர்களுடைய மனம் படிப்பினாலும் அறிவினாலும் கனிகிறது. சுபாவமாகவே மென்மையான அவர்களுடைய உள்ளம் கல்வியினாலும் அறிவினாலும் அதிகமாக மென்மையடைந்துவிடுகிறது. சுபாவமாகவே அவர்களுக்குள்ள அன்பு உணர்ச்சி அதிகரிக்கிறது" என்றாள் பாட்டி.

"அறிவு அதிகரிப்பதால் மனது முற்றுவது நல்லதா? அல்லது அன்பு கனிவது நல்லதா?"

"யார் சொல்ல முடியும்?" என்றாள் சுந்தாப்பாட்டி. "உலகத்தின் கஷ்ட நிஷ்டூரங்களை எல்லாம் பார்க்கும் போது அறிவு முற்றி மனம் இறுகிக் கல்லாகப்போய்,

முனியாகவோ, யோகியாகவோ ஜடமாக இருப்பவனே மேல் என்று தோன்றுகிறது. ஒவ்வொரு சமயம் அன்புக்கு ஈடானது வேறு எதுவும் இல்லை என்றும் தோன்றுகிறது. அன்பை ஆதர்சமாகக் கொண்டு வாழ்க்கையில் எவ்வளவு கஷ்ட நிஷ்டூரமும் படலாம் என்று தோன்றுகிறது.

சிறிது நேரம் மௌனமாக இருந்துவிட்டுச் சுந்தாப் பாட்டி சொன்னாள்: "பெண்கள் கல்வி, அறிவு என்றால் இந்தக் காலத்தில் காலேஜில் படித்துப் பட்டம் பெறும் பெண்களைச் சொல்லவில்லை நான். அவர்களுடைய விஷயங்கள் முற்றிலும் இயற்கைக்கு விரோதமானவை ; முழுவதும் கோணலானவை. எனக்கு அவர்களைப்பற்றி அவ்வளவாக ஒன்றும் தெரியாது. தெரிந் தமட்டும் சொன்னாலும் என் புது மாட்டுப்பெண் என்னிடம் கோபித்துக்கொண்டு சண்டைக்கு வந்து விடுவாள். அதனால் நான் அவர்களைப்பற்றி எதுவுமே சொல்லாமல் இருந்துவிடுகிறேன்."

"நீ சொல்லுகிறபடி கல்வி, அறிவு என்பதற்கு அர்த்தம்தான் என்ன?" என்று நான் கேட்டேன்.

"மகாபாரதம், ராமாயணம் போன்ற நூல்களை வாசிப் பதற்கும், புரிந்துகொள்ளுவதற்கும் போதிய எழுத்து வாசனை: நமது நாட்டுச் சரித்திரங்கள், புராணங்கள் இவற்றைப் படித்திருக்க வேண்டும். சங்கீதமும் கொஞ்சம் வேண்டும்; குரல் நன்றாயிராவிட்டாலும் பாதகமில்லை ; ராகபாவங்கள் தெரிந்திருந்தால் போதும். பூத்தொடுப்பது, கோலம் போடுவது போன்ற அலங்காரமான விஷயங்களும் தெரியவேண்டும். எல்லாவற்றையும் விடத் தெய்வபக்தி மிகவும் அவசியம்; பாட்டு கோலம் அலங்காரம் எல்லாம் தெய்வத்தை ஒட்டிப் படிந்திருந்தால்தான் உண்மையிலேயே அழகுள்ளவையாக இருக்க முடியும். தெய்வத்துக்கு

அடுத்தபடியாகப் பெண் என்றால் கணவனிடமும் வீட்டுக் காரியங்களிலும் ஈடுபாடு இருக்க வேண்டும்" என்றாள் பாட்டி.

"பேஷ் ! லக்ஷிய மாட்டுப்பெண்ணை நீ சிருஷ்டித்துக் கொண்டுவிட்டாய்!" என்றேன் நான்.

"எனக்கில்லாத குணங்களை எல்லாம் அடுக்கிக் கொண்டே போனால் லக்ஷிய மாட்டுப்பெண் சிருஷ்டியாகி விடுகிறாள்" என்று சுந்தாப் பாட்டியின் புது மாட்டுப் பெண்ணான ராஜி (என் மனைவி) சொன்னாள்.

சுந்தாப் பாட்டி இதைக் காதில் வாங்கவேயில்லை. அவள் சொன்னாள்-

நம்மூரிலே வெகு நாளைக்குமுன் சுப்பா தீக்ஷிதர், சுப்பா தீக்ஷிதர் என்று ஒரு பெரியவர் இருந்தார். அவர் வேத சாஸ்திரங்களை எல்லாம் நன்கு பாராயணம் பண்ணியவர். தர்மம் நியாயம் எல்லாவற்றையும் நன்கு படித்து அறிந்தவர். ஆனால் இந்த அறிவு அவருடைய பொருளீட்டும் சக்திக்குக் குறுக்கே நிற்கவில்லை.

வட்டிக்கு மேல் வட்டி வாங்கி லேவாதேவி செய்தும், அல் அயலுடன் அடாபிடியாகச் சண்டை செய்து வழக்காடியும், கொள்ளை லாபத்துக்கு ஊரார் நிலங்களைக் குத்தகை எடுத்தும், குடியானவர்களுக்கும் குத்தகைக் காரர்களுக்கும் நியாயப்படி உள்ளதைக் கொடுக்காமல் மோசடி செய்தும் சுப்பா தீக்ஷிதர் ஏராளமான ஆஸ்தி சேர்த்துவிட்டார்.

இந்த ஆஸ்திக்கு வாரிசாக அவருக்கு நான்கு பிள்ளைகள் இருந்தார்கள். அவர்களில் மூத்தவர் சுப்பா தீக்ஷிதரின் மூத்த மனைவி வயிற்றில் பிறந்தவர். அவருக்கும் அவருடைய தகப்பனாருக்கும் என்றுமே பிடிக்காது. நாராயண தீக்ஷிதர் என்ற இந்த மூத்த பிள்ளை பரம பணக்காரத் தகப்பனுக்குப் பிறந்தும் ஏழை அவர் தம்முடைய குசேலக் குடும்பத்துடன்

இதே ஊரில் வேறு வீட்டில் தனியாகக் குடித்தனம் செய்து வந்தார். சுப்பா தீக்ஷிதர் சுயார்ஜிதமான தம் ஆஸ்தியில் சிறிதுகூடத் தம் மூத்த பிள்ளைக்குக் கொடுக்கமாட்டார் என்பது ஊர் அறிந்த ரகசியமாக இருந்தது. உண்மையில் சுப்பா தீக்ஷிதர் தம் ஆஸ்திகளைத் தம் மற்ற மூன்று பிள்ளைகளுக்கும் சரிசமமாகப் பங்கிட்டு உயில் எழுதி வைத்திருந்தார் என்று கூட ஊரில் சொல்லிக்கொண்டார்கள்.

சுப்பா தீக்ஷிதருக்கு இளையாளாக வந்து வாய்த்திருந்த லட்சுமியை உண்மையிலேயே மகாலட்சுமி என்று தான் சொல்லவேண்டும். அவள் உத்தமி. ஆனால் கணவன் செய்யும் காரியங்களுக்கு எதிர் நின்று தடுக்கும் சக்தி இல்லாதவள். தன்னுடைய மாற்றாள் பிள்ளை ஒதுங்கி வசிப்பது அவளுக்குப் பிடிக்கவில்லை. ஊரார் அதுபற்றி வம்பளக்கிறார்கள் என்பது மட்டுமல்ல; உண்மையிலேயே அவர்களும் தன்னுடன் வசிக்கவேண்டும் என்று அவளுக்கு ஆசை. ஆனால் அவள் என்ன செய்ய முடியும்? அந்தப் பிள்ளையும் தகப்பனும் அகஸ்மாத்தாக தெருவில் சந்திக்க நேர்ந்துவிட்டால் கூட நெருப்புப் பொறி பறக்க ஆரம்பித்துவிடுமே ! வேறு ஒன்றும் செய்யமாட்டாமல் லட்சுமி அம்மாள் ரகசியத்தில் தன் மாற்றாள் பிள்ளைக்கும் அவர் குடும்பத்துக்கும் தன்னால் ஆனதை எல்லாம் செய்து வந்தாள். அடிக்கடி கணவன் அறியாமல் அவர்கள் வீட்டுக்குச் சென்று வருவாள்; சமயம் நேரும்போது சாமான்கள் கொடுத்து உதவுவாள். பணம் காசு கொடுத்து உதவ அவளிடம் ஒன்றும் கிடையாது.

தன் கணவன் உயிரோடுள்ள வரையில் இழைத்த அக்கிரமங்கள் போதாதென்று இறந்த பிறகும் மூத்தாள் பிள்ளைக்கு அநீதி செய்ய முயலுகிறாரே என்று லட்சுமிக்கு மிகவும் வருத்தம். தம் மூத்த பிள்ளையை ஒதுக்கிவிட்டு மற்ற மூவருக்கும் தம் ஆஸ்தியைச் சரிசமமாகப் பங்கிட்டு அவர் உயில் எழுதியபோது அவள் தன்னால் ஆனவரையில் ஆக்ஷேபித்துப் பார்த்தாள். தர்ம நியாய சாஸ்திரங்களில்

புலியான சுப்பா தீக்ஷிதர் அவள் பேச்சைக் காதில் வாங்கவே இல்லை.

உயில் எழுதி முடிந்து ரிஜிஸ்டர் ஆகப்போகும் தருணம் சுப்பா தீக்ஷிதர் தலையை வலிக்கிறது என்று படுத்தார். இரண்டு நாள் பேச்சு மூச்சு இல்லாமல் கிடந்தார். மூன்றாம் நாள் எதிர்பாராத விதமாக இறந்தும் போய் விட்டார்.

பாகப் பிரிவினை செய்யவேண்டி வந்தபோது எல்லோருமாக சுப்பா தீக்ஷிதருடைய உயிலைத் தேடினார்கள். அது அகப்படவே இல்லை. அது எழுதிய அன்றே எங்கேயோ மறைந்துவிட்டது. உயில் அகப்படாததால் ஆஸ்தியில் சரியான பங்கு நாராயண தீக்ஷிதருக்கும் கிடைத்து விட்டது. அதை லட்சுமியின் தயவு என்று அவர் அங்கீகரித்து ஏற்றுக்கொண்டார்.

உண்மையிலேயே அது லட்சுமி அம்மாளின் தயவு தான் என்பது பதினைந்து வருஷங்களுக்குப் பிறகு தான் தெரிந்தது. லட்சுமி அம்மாள் எச்சிப் பாட்டியாகிக் கணவன் இறந்து பதினைந்து வருஷங்களுக்கப்புறம், அதாவது போன வருஷம்தான், இறந்து போனாள். அவள் வீட்டில் எங்கேயாவது பவுனும் வெள்ளியுமாக ஒளித்து வைத்திருப்பாள் என்று அவளுடைய பிள்ளைகளும் பேரன் பேத்திமார்களுமாக 'வீடெல்லாம் தேடினார்கள். காமரா உள்ளில் ஒரு முழுக்கல்லைப் பேர்த்தெடுத்துப் பாதியாக உடைத்துப் பொறுத்தி வைத்திருந்த இடத்தில் ஏற்பட்டிருந்த வங்கில் ஒரு முழுப் பவுனும், ஏழெட்டு ரூபாய்களும், ஒரு மஞ்சள்சரடும், பழுப்பேறிய ஒரு கடிதமும் இருந்தன. இவைதான் எச்சிப் பாட்டி என்கிற லட்சுமி அம்மாள் விட்டுப்போன ஆஸ்தி.

பழுப்பேறிய அந்தக் கடிதம்தான் சுப்பா தீக்ஷிதரின் உயில். அது பல இடங்களில் செல்லரித்துக் கிடந்தது.

அவள் உயிருடன் இருந்தபோது போற்றியது போலவே நாராயண தீக்ஷிதரும் அவருடைய மனைவியும் குழந்தை

குட்டிகளும் லட்சுமி அம்மாளை அவள் இறந்த பின்னும் தெய்வமாகவே போற்றுகிறார்கள்.

"எதிராளாத்து எச்சிப்பாட்டி கதையா இது" என்றாள் சரோஜா, பாட்டியின் மடியில் வீற்றிருந்த படியே.

சிறிது நேரம் மௌனமாக இருந்துவிட்டு சரோஜா சொன்னாள்: "நெஜம்மாவே அந்தப் பாட்டி நல்லவள் தான்; இல்லையா? நேக்குத் தெரியுமே!" என்று தன் சொந்த குறுகிய அனுபவத்தைக் கொண்டு அவள் சொன்னாள்.

சுந்தாப் பாட்டியின் கண்கள் கலங்கியிருந்தன.
எச்சிப்பாட்டியும் சுந்தாப் பாட்டியும் வெகு காலமாகவே தோழிகள் என்பது குழந்தைக்கு எப்படித் தெரியும்?

முற்றும்.

★ ★ ★

9 788199 977600

Printed at Repro India Ltd.